செவ்விந்தியர்கள்

குருதிப்புனலோட்டம்

ஜெகாதா

சத்யா

Title:
Sevvindiyagal Kuruthipunalottam
Jegaatha

ISBN: 978-93-92474-31-6
Title Code : Sathyaa - 024

நூல் தலைப்பு
செவ்விந்தியர்கள் குருதிப்புனலோட்டம்

நூல் ஆசிரியர்
ஜெகாதா

முதற்பதிப்பு
அக்டோபர் 2022

விலை : ₹ 250

பக்கம் : 187

Printed in India

Published by

Sathyaa Enterprises
No.137, First Floor,
Choolaimedu,
Chennai - 600 094.
044 - 4507 4203

Email
sathyaabooks@gmail.com

உள்ளே...

1.	செவ்விந்தியர்களின் சடலங்களின் மீது சாம்ராஜ்ய உயில்!	5
2.	வரம்பு மீறிய நரவேட்டையின் யுகாந்திர நெருப்பு	9
3.	செவ்விந்தியர்களின் கலாச்சாரம்	12
4.	செவ்விந்தியரும் மனித மாமிசமும்	15
5.	செவ்விந்தியர்களின் அழிவுப் பின்னணி	19
6.	செவ்விந்தியரும் காலனி ஆதிக்க நாடுகளும்	22
7.	ஐக்கிய அமெரிக்காவிலுள்ள தொல்குடி அமெரிக்கர்	24
8.	ரத்தத்தை உறைய வைக்கும் செவ்விந்திய இன அழிப்பு	27
9.	செவ்விந்தியரின் வாழ்வியல்	32
10.	அமெரிக்கா கபளீகரம் செய்த செவ்விந்திய நிலம்	37
11.	கொலம்பஸ் அமெரிக்காவை கண்டுபிடித்த சர்ச்சை	41
12.	தங்க வேட்டையும் மனித வேட்டையும்	48
13.	கடற்பயணங்களுக்கான ஆதரவு	52
14.	கொலம்பஸின் ஆரம்ப நாட்கள்	56
15.	இந்தியாவை அடைய எவ்வளவு தூரம்?	58
16.	இசபெல்லா அரசி	60
17.	வர்த்தகம் நிறுத்தப்பட்டப் 'பட்டுப்பாதை'	62
18.	ஐரோப்பியர்களின் நம்பிக்கை துரோகம்	65
19.	அமெரிக்காவில் தோன்றிய அடிமைகளின் சுதந்திர தேசம்	68
20.	வெள்ளை அமெரிக்கர்	71
21.	இப்படிக்கு... செவ்விந்தியத் தலைவர் சியாட்டில்	72

22.	சிவப்பு இந்தியர்கள்	78
23.	சியாட்டில் நகரின் நிறவெறித் தாக்கங்கள்	80
24.	ஜார்ஜ் வாஷிங்டனின் நிறவெறி	82
25.	காலனி ஆதிக்க காலத்திய நிறப்பாகுபாடு இனங்கள்	89
26.	கனடாவில் செவ்விந்தியர் நிலை	96
27.	செவ்விந்தியரின் ஜிங்கு தேசிய பூங்கா	98
28.	பிரேசிலில் செவ்விந்தியரின் கேள்விக்குறியான எதிர்காலம்	102
29.	பூர்வீக செவ்விந்தியப் போர் வீரர்கள்	104
30.	கொலம்பஸின் கொத்தடிமைத் திட்டம்	111
31.	கொலம்பஸுக்கு முன்னரே செவ்விந்தியக் குடியிருப்பு	113
32.	சொந்த மண்ணின் நிலமும் நீரும் பற்றி சியாட்டில் கூறியது	115
33.	உலகைச் சுற்றி வந்த முதல் மனிதர் பெர்டினன்ட் மகலன்	118
34.	கொலம்பஸின் இனப் படுகொலையும், கண்டுபிடிப்பு கொண்டாட்டங்களும்	122
35.	டி.என்.ஏ. செய்யப்பட்ட கொலம்பஸின் எச்சங்கள்	127
36.	ஐரோப்பிய நாடுகளின் நாடு பிடிக்கும் ஆசை	131
37.	அமெரிக்க கலாச்சாரமும் நிலப்பரப்பும்	143
38.	அமெரிக்காவின் பேரரசு வாதப் போக்கு	152
39.	அகலாத அமெரிக்காவின் ஆதிக்க வெறி	155
40.	13 அமெரிக்க காலனிகளின் விடுதலை	170
41.	டிரம்பின் ஜனநாயகம்?	174
42.	டிரம்பும் நிறவெறியும்	176
43.	அமெரிக்க நிறவெறி	181
44.	ரோபோட் ஈலீயின் சிலை அகற்றம்	183
45.	ஆஸ்கர் விருதில் புயலைக் கிளப்பிய செவ்விந்திய நாயகி சஷீன்	185

1

செவ்விந்தியர்களின் சடலங்களின் மீது சாம்ராஜ்ய உயில்!

போரில் வெற்றி பெற்று ஆதிக்கம் செலுத்துவது வேறு. ஒரு இனம், கலாச்சாரம் இருந்த இடம் தெரியாமல் அழித்துவிட்டு ஆட்சி செய்ய நினைப்பது வேறு. தங்கள் நாடு என்ற சொந்த மறியலில் செவ்விந்தியர் தங்களின் சோகங்களை சுமந்தபடி அமெரிக்காவில் வந்தேறி ஆதிக்கம் செய்தவர்களின்கீழ் இன்றும் அடிமைப்பட்டு வருந்தி வாழ்ந்து வருகிறார்கள்.

இப்பூவுலகில் வெற்றிகரமாக நடத்தப்பட்ட, ஒரு இனத்தை அடக்கி ஒடுக்கிய முதல் இனப்படுகொலை செவ்விந்தியர் இனப்படுகொலைதான்.

அமெரிக்க மண்ணின் பூர்வீக உரிமையாளர்கள் இந்த செவ்விந்தியப் பழங்குடி மக்கள் பல்லாயிரம் ஆண்டுகளுக்கு முன்பே அலாஸ்காவும், ஆசியாக் கண்டமும் ஒரே நிலப்பரப்பாக இருக்கும்போது, ஆசியாவிலிருந்து இடம் பெயர்ந்த இந்த செவ்விந்திய இனக் குழுக்கள் அலாஸ்கா வழியாக இன்றைய அமெரிக்கத் தீவுகளுக்கு சென்று அமெரிக்கா முழுவதும் பரவி பாரம்பரியமான உரிமை பூண்ட இனமாக உருவாகியதை வரலாற்று ஆய்வுகள் உரைக்கின்றன.

செவ்விந்தியர் பேசும் மொழிக்கு இன்றுவரை பெயரிடப்படவில்லை. செவ்விந்தியர்களுக்கும், இந்தியர்களுக்கும் ஓர் ஒற்றுமை இருக்கத்தான் செய்கிறது.

இரண்டு நாட்டு மக்களுமே ஆரம்பத்தில் சுதந்திரமாகத் திரிந்தவர்கள் பிரிட்டனின் கண்களில் தென்படும் வரை.

ஆனால் செவ்விந்தியர்கள் நம் நாட்டவரைப் போல உள் நாட்டுக்காரர் களை காட்டிக் கொடுத்தும், பேராசை பிடித்தும், பிரித்தானிய ஆங்கிலேயரை வணிகம் செய்ய அனுமதித்தும் அவர்களிடம் சரணாகதி அடையவும் இல்லை.

ஆதிக்க வெறிபிடித்த பிரிட்டன் அமெரிக்காவை முற்றுகையிட்டபோது, செவ்விந்தியர்கள் அவர்களை எதிர்த்து கடுமையாக தாக்கினார்கள்.

ஆங்கிலேயர்களால் செவ்விந்தியரை அடக்கி ஒடுக்கி வெல்ல முடிய வில்லை. அவர்களின் தாக்குதல் மூர்க்கமாகவும் முரட்டுத்தனமாகவும் இருந்தது.

விஷ அம்புகளையும் கற்களையும் வீர ஆயுதமாகப் பயன்படுத்தும் செவ்விந்திய கூட்டத்தினரை பிரிட்டனால் எதிர்கொள்ள முடியவில்லை என்பதே உண்மை.

ஆனால் நவீன ஆயுதங்களாகிய துப்பாக்கி முனைகளுக்கும், குண்டு களுக்கும் முன்னே செவ்விந்தியரின் கற்கால யுத்தமுறை தாக்குப்பிடிக்க முடியவில்லை.

பிரிட்டனின் துப்பாக்கிக் குண்டுகளுக்கு லட்சக்கணக்கான செவ்விந்தியர் கள் இரையானார்கள். ஏராளமான மரணங்கள் ஏற்பட்டன.

செவ்விந்தியர்களின் லட்சக்கணக்கான உயிரற்ற சடலங்கள் மீதேறித்தான் பிரிட்டன் அமெரிக்கா மீது தனது சாம்ராஜ்ஜியத்திற்கான உயிலை எழுதியது.

இறந்தோர் போக எஞ்சிய செவ்விந்தியர் கூட்டம் தங்கள் உயிரைக் காப்பாற்றிக் கொள்ள வடபகுதிக்கும் தென்பகுதிக்கும் ஓடி ஒளிந்து பதுங்கி இருந்து வாழ்ந்தார்கள்.

நகர வாழ்க்கையிலிருந்து தங்களைத் தனிமைப்படுத்திக் கொண்டு பல வருடங்களாக பிரித்தானிய ஆட்சிக்கு அஞ்சி ஒதுங்கி வாழ்ந்து வந்தனர். எல்லோரும் ஒரு குடும்பமாக குழுவாக எதிரிகளிடமிருந்து தங்களை

பாதுகாத்துக் கொண்டனர்.

செவ்விந்தியரின் ரத்தச் சேற்றில் எழுப்பப்பட்ட அவலக் கோபுரமாக அமெரிக்காவின் மாமனித முகம் நிறவெறியில் ஒரு குரூபியைப் போல சோலை இழந்து காணப்படுகிறது.

செவ்விந்தியர் எனும் வெள்ளந்தி மக்களின் குருதிப் புனலோட்டம் நூற்றாண்டுகளைத் தாண்டி, மண்ணை எவ்வாறு நேசிக்க வேண்டும் என்பதற்கான மானுட ஆவணமாக தன் குரலற்ற குரலால் இன்று கூவத் தொடங்கி இருக்கிறது.

ரத்தக் கறை படிந்த செவ்விந்திய வரலாறு வேடிக்கை வரலாறு அல்ல. கதகதப்பான இந்த பூமி தினம்தோறும் வெட்கித் தலைகுனிய வேண்டிய வரலாறு.

இன்று நவீன அமெரிக்க மக்களின் முன்னேற்றத்திற்கும் வளர்ச்சிக்கும் அடியுரமிட்டவர்கள் அப்பாவி செவ்விந்திய இனமக்கள் தான்.

தங்கள் இனக் குழுக்களோடு உரிமை கொண்டாடிய பூர்வீக அமெரிக்காவில் ஒரு கைப்பிடி மண்கூட இன்று செவ்விந்தியர் எவருக்கும் சொந்தமில்லை என்பது பேரவலம்.

லட்சக்கணக்கில் கூட்டம் கூட்டமாக குருதி வெள்ளத்தில் கொல்லப் பட்ட செவ்விந்தியரின் இறப்பு மாபெரும் இனப்படுகொலையாக இன்றளவும் கருதாமல் அமெரிக்கா கடந்து போவதற்கு இரண்டு காரணங்கள் உண்டு.

ஒன்று இன்றைக்கு ஆளும் வர்க்கத்தில் அமெரிக்க இருப்பது. இன்னொன்று இரண்டு நாடுகளுக்குள் நடந்திருக்கும் யுத்தமாக பார்ப்பது.

ஒரு நாடு அடிமையாக்கி இன்னொரு நாடு ஆட்சி செய்வது காலனி ஆதிக்கத்தில் காலம் காலமாக நடக்கும் ஒரு வரலாறுதான்.

இந்தியாவை ஆக்கிரமித்த போதும் பிரிட்டன் அவ்வாறுதான் நடந்து கொண்டது. கொலையும் கொள்ளையும் காலனி ஆதிக்கத்தில் சகஜமாகவே கருதப்பட்டது.

ஆதிக்க வெறி கொண்ட ஆங்கிலேயர்களின் இந்த எண்ணம் அவர்கள் ஆண்ட எல்லா நாடுகளின் வரலாற்றிலும் இவ்வாறே எதிரொலிக்கிறது.

1788, ஜனவரி *26*ல் ஆயிரத்துக்கும் அதிகமான பிரிட்டிஷ் வெள்ளை இன குடியேறிகள் ஆஸ்திரேலியாவில் கேப்டன் ஆர்தர் பிலிப் தலைமையில் ஆஸ்திரேலியாவின் சிட்னி மாநகரில் இருக்கும் பொட்டானி கடற்கரையில் தரையிறங்கினர். அந்த நாளில் இந்த ஆஸ்திரேலிய மண்ணின் பூர்வீக குடிகள் ஆயிரத்துக்கும் மேற்பட்டவர்கள் அநியாயமாக இனப்படுகொலை செய்யப் பட்டார்கள்.

ஒரு இனம் படுகொலை செய்யப்பட்ட இனப் படுகொலை நாளையே ஆஸ்திரேலிய வெள்ளை இன மக்கள் ஆஸ்திரேலிய தினமாக கொண்டாடி மகிழ்வது பிரிட்டிஷாருக்கு புதிதல்ல.

*1788*ல் வந்திறங்கிய பிரிட்டிஷ் வெள்ளை இன மக்களால் சின்னம்மை எனும் கொடிய நோய் பரவி விடப்பட்டது. சரியான மருந்தும் பராமரிப்பும் இல்லாமல் ஆஸ்திரேலியப் பழங்குடி மக்கள் *90* சதவீதம் பேர் இறந்து போனார்கள். இதுகூட ஒரு திட்டமிட்ட இன அழிப்புதான்.

*1788*ல் தொடங்கிய பூர்வீக குடிகள் மீதான இனப்படுகொலை போர் *150* ஆண்டுகளுக்கு மேல் தொடர்ந்தது.

பல பிரிட்டிஷ் படையெடுப்பாளர்கள் இனப்படுகொலை குற்றவாளி களாக அடையாளம் காணப்பட்டும் அவர்கள் யாரும் தண்டிக்கப்படவே இல்லை.

ஆஸ்திரேலிய பூர்வீக மக்களின் மக்கள் தொகை *1902*ல், *7,50,000* ஆக இருந்த நிலையில் *1928*ல் வெறும் *60,000* ஆக குறைந்தது.

தொடர்ந்த ஆஸ்திரேலிய இனப்படுகொலையின் சாட்சியமே இந்த எண்ணிக்கை!

❋

2

வரம்பு மீறிய நரவேட்டையின் யுகாந்திர நெருப்பு

செவ்விந்தியர்கள், கரீபியர்கள். அரவாக்குகள், பௌஹாட்டன்கள் ஆகியோர் தங்களின் பூர்வீக அமெரிக்கா கண்டத்தையும், தங்கள் உயிரினும் மேலான மண்ணையும் காடுகளையும் இழந்திருக்கலாம்.

ஆனால் அவர்கள் தங்களின் தொன்மைமிக்க புனித வரலாற்றை இழக்க ஒருக்காலும் உளப்பூர்வமாக சம்மதிக்கவில்லை. ஏனெனில் வரலாற்றை இழந்தவனுக்கு வருங்காலமும் இல்லை என்பதை உணர்ந்தே இருக்கிறார்கள்.

கொலம்பஸைத் தங்கள் இன விரோதியாகவே இருதயத்தில் பதிவிட்டிருக்கிறார்கள். 15-ஆம் நூற்றாண்டின் கொலம்பஸை 20-ஆம் நூற்றாண்டில் அமெரிக்காவும் ஐரோப்பிய நாடுகளும் 500வது ஆண்டு விழாவைக் குதூகலமாக கொண்டாடுவதை செவ்விந்தியர் கூட்டம் ரசிக்கவில்லை.

கொலம்பஸின் வரம்பு மீறிய நரவேட்டையின் யுகாந்திர நெருப்பு செவ்விந்தியரின் நெஞ்சில் இன்றுவரை அணையாது பற்றி எரிந்து கொண்டுதான் இருக்கிறது.

வெள்ளையர்களைத் தவிர பிற இனத்தவர் இயற்கையிலேயே தாழ்ந்தவர் என்று தேவ மந்திரம் போல ஓதிச் சென்ற கொலம்பஸைக் கொண்டாடிக் கொண்டிருப்பவர்களைக் கண்டு மனம் பதைபதைக்காமல் செவ்விந்தியக் குடிகளால் எப்படி இருக்க முடியும்?

இருபத்தைந்தாயிரம் ஆண்டுகளாக வாழ்ந்து வளர்ந்த செவ்விந்திய மக்களின் மண்ணை அவர்களது ரத்தத்தைக் கொண்டே கழுவி விட்டு அமெரிக்கா என்று பெயர் சூட்டிக் குடியேறச் செய்த கொலம்பஸ் என்ற பெயர் செவ்விந்தியர் காதில் இன்றும் நாராசாரமாய் ஒலித்து கருகச் செய்து கொண்டிருக்கிறது.

ஒரு நாகரீகம் அல்லது இனம், மற்றொன்றுடன் மோதும்போது, போர் களும் கொலைகளும் வரலாற்றில் தவிர்க்கவியலாதவைதான். அதிலும் முன்னேறிய நாகரீகத்தின் மீது பின் தங்கிய நாகரீகம் படையெடுக்கும் போது அழிவு அதிகமாக இருக்கும்.

சிந்து சமவெளியின் திராவிட நாகரீகத்தின் மீது நாடோடி ஆரியர்கள் நடத்திய தாக்குதலையும், செங்கிஸ்கானின் போர்களையும் இன்ன பலவற்றையும் இதற்கு உதாரணம் காட்டலாம்.

ஆனால் பின்தங்கிய செவ்விந்திய பழங்குடி மக்கள் மீது முன்னேறிய வெள்ளை நாகரீகம் தொடுத்த தாக்குதலுக்கும் இனப்படுகொலைகளுக்கும் கிறிஸ்தவப் பாதிரிகளும் வரலாற்றாசிரியர்களும் தவறான காரணங்களையும் நியாயங்களையும் தொடர்ந்து கற்பித்து வருவது ஏற்புடையதல்ல.

அவர்கள் பண்பாடற்றவர்கள். காட்டுமிராண்டிகள் அவர்கள் மாற வேண்டும் இல்லையேல் ஒழித்துக் கட்டப்படுவார்கள் என்று 1930ல் அமெரிக்க செனட்டர் பேண்டல்டன் என்பவர் கூறுகிறார்.

ஆங்கிலேய ஆதிக்கத்தை எதிர்த்த ஐரிஷ் இன மக்களை கடவுளுக்குப் பலியிடுவதில் தவறில்லை எனக் கூறிய கத்தோலிக்கப் பாதிரியார்கள் அமெரிக்க செவ்விந்திய பழங்குடிகளைக் கொலை செய்ய தேவனின் அங்கீகாரத்தை வழங்கியதில் வியப்பில்லை.

வரலாற்று ஆதாரங்களை எடுத்து வைத்து கொலம்பஸும், வெள்ளை ஆக்கிரமிப்பாளர்களும் செவ்விந்தியப் பழங்குடியினருக்கு இழைத்த அநீதிகளுக்கு விளக்கம் கேட்டால் கொடுமை தான்.

ஆனால் தவிர்க்க முடியாதது என்று தெனாவட்டாக பதிலளிக்கின்றனர். அமெரிக்கர்களின் இயல்பே இப்படித்தான் இருக்கிறது.

ஈராக் மீது அமெரிக்க விமானங்கள் குண்டு மழை பொழிந்தபோதும் இதுபோன்ற விளக்கமே அவர்கள் திருவாயிலிருந்து உதிர்ந்தது.

3

செவ்விந்தியரின் கலாச்சாரம்

செவ்விந்தியர்களின் நிறம் சிவப்பல்ல. அவர்களை அழைக்கும் பெயர் அப்படி ஆகிவிட்டது. அவ்வளவுதான். செவ்விந்தியர்களின் தலை இளம்பழுப்பு நிறத்தில் இருக்கும். மேற்குப் பகுதியில் வசிக்கும் இந்த ஆதிவாசிகள் பொதுவாக செவ்விந்தியர்கள் என்று அழைக்கப்படுகிறார்கள்.

செவ்விந்தியர்கள் மிகவும் வீரமானவர்கள். அது மட்டுமல்ல. அவர்களுக் கென்று தனி கலாச்சாரமும் பண்பாடும் இருந்தன. அதாவது பெயரளவில் தான் ஆதிவாசிகள். மற்றபடி நாகரீகமானவர்கள்தான். அவர்கள் கலைந்து திரிகிற நாடோடி வாழ்க்கையை மிகவும் விரும்பினார்கள். விவசாயம் தான் முக்கியத் தொழில்.

அமெரிக்காவின் எல்லா பகுதிகளுக்கும் சென்று முக்கியமான இயற்கை வளங்களை எல்லாம் கண்டுபிடித்தது செவ்விந்தியர்கள்தான். இதற்காக உலகமே அவர்களுக்கு மிகப்பெரிய அளவில் நன்றிக்கடன் பட்டிருக்கிறது.

செவ்விந்தியர்கள்தான் தங்கம், செம்பு, வெள்ளி முதலான வளங்களைக் கண்டுபிடித்தவர்கள். அவற்றை நோக்கி வெள்ளைக்காரர்களின் கவனத்தைத் திருப்பியதும் செவ்விந்தியர்கள் தான்.

அவர்கள்தான் முதன்முதலாக ரப்பர் சேகரித்தார்கள். புகையிலை விவசாயம் செய்தார்கள். உணவு விசயத்தில் வெள்ளைக்காரர்களுக்கு அவர்கள் கொடுத்த மிகப்பெரிய கொடை சோளமும் உருளைக்கிழங்கும். இவற்றையெல்லாம் எப்படி விவசாயம் செய்வது என்றும் அவர்கள் குடியேறிய வெள்ளையர்களுக்கு கற்றுக் கொடுத்தார்கள்.

மிளகு, அன்னாசிப்பழம், நிலக்கடலை ஆகியவற்றை ஐரோப்பியர்களுக்கு செவ்விந்தியர்களே அறிமுகப்படுத்தினார்கள்.

இந்த உணவுப் பொருட்களைப் பற்றி 1492க்கு முன்புவரை ஐரோப்பியர் களுக்கு எதுவும் தெரிந்திருக்கவில்லை.

கலைகளின் மீது மிகவும் ஈடுபாடு கொண்டவர்கள் செவ்விந்தியர்கள். அருமையான கைவினைப் பொருட்கள் செய்யவும் கற்றிருந்தார்கள். உயர்ந்த நாகரீகம் உடைய மக்களாக இருந்தவர்கள்.

செவ்விந்தியர்களுக்கிடையே நிறைய உட்பிரிவுகளும், நிறைய மொழி களும் இருக்கின்றன. உணவு, உடை, தொழில் ஆகியவற்றில் உட்பிரிவு களிடையே பெரிய வித்தியாசங்கள் உண்டு.

மீன்பிடித்தும், வேட்டையாடியும் அழகான எளிமை வாழ்க்கை நடத்தி யவர்கள் செவ்விந்தியர்கள். பெரிய நாடுகளை உருவாக்கியவர்களும் உண்டு. பின்னால் இவையெல்லாம் அழிந்து போயின. என்றாலும் செவ்விந்தியரின் பரம்பரை இன்றும் நிலைத்திருக்கிறது.

அமெரிக்காவில் உள்ள பெரும்பாலான நதிகளுக்கும், நகரங்களுக்கும் இப்போதுள்ள பெயர்களில் பலவும் செவ்விந்தியர்கள் வைத்தவைதான்.

ஏறத்தாழ 400 வருடங்களுக்கு முன்பு கண்ணுக்கெட்டிய தூரம் வரை புல்மேடுகள் இருந்தன. அதில் கருமேகங்கள் இறங்கி வந்ததைப் போல காட்டெருமைகளின் பெரிய மந்தை நடந்து செல்லும்.

இந்தப் புல்மேடுகள் அவற்றின் சொந்தப் பிரதேசம். அவற்றின் பின்னால் நிறைய செவ்விந்திய மனிதர் கூட்டம் செல்லும்.

திடீரென அந்த பெரிய மந்தையினிடையே ஒரு சிறிய மிருகம் வந்து விட்டால் ஒட்டுமொத்த காட்டெருமைகளும் அந்தச் சிறிய மிருகத்திற்கு வழி விட்டு ஒதுங்கி நிற்கும். அவ்வளவு சாதுவான பிராணிகள் அவை. ஒரு மனிதன்

இந்த காட்டெருமைகளுக்கிடையில் மாட்டிக் கொண்டு விட்டால் சிறு கீறல்கூடப் படாமல் வெளியே வந்து விட முடியும்.

செவ்விந்தியர்களின் வாழ்க்கையின் ஆதாரம் இந்த காட்டெருமைகள் தான். உணவு, உடை, ஆயுதங்கள், சமையலறைக் கருவிகள், சிறிய தோணிகள் இப்படி எல்லாவற்றிற்கும் அவர்கள் காட்டெருமைகளைத் தான் சார்ந்திருந்தார்கள். வாழ்க்கைக்கு மட்டுமே அவர்கள் காட்டெருமைகளை வேட்டையாடினார்கள். புல்மேடுகளில் காணப்படும் ஓநாய்களிடமிருந்து காட்டெருமைக் கன்றுகளைக் காப்பாற்றினார்கள்.

அமெரிக்காவில் குடியேறிய வெள்ளைக்காரர்கள், தங்களுடைய உதவியும் இரக்கமும் தேவையில்லாமல் வாழ்கின்ற செவ்விந்தியர்கள் மீது கோபம் கொண்டார்கள்.

அவர்களைத் துரத்துவதற்கு ஒரு கொடூரமான வழியைக் கையாண் டார்கள். காட்டெருமைகளை ஒன்றுவிடாமல் அழிப்பதுதான்.

இந்த வழியில் செவ்விந்தியர்களைத் தோற்கடிக்க முடியும் என்று நினைத்தார்கள் அவர்கள். எனவே வெள்ளைக்காரர்கள் பரந்த அளவில் காட்டெருமைகளை சுட்டுக் கொல்லத் தொடங்கினார்கள்.

வெள்ளைக்காரர்களின் முயற்சி வெற்றியடைந்தபோது, சுயமரியாதை மிக்க செவ்விந்தியர்கள் குளிராலும், பசியாலும் செத்து விழத் தொடங்கி னார்கள்.

4

செவ்விந்தியரும் மனித மாமிசமும்

மனித மாமிசம் உண்பதற்கு ‘கனிபலிசம்’ (Cannibalism) என்ற சொல் பல ஐரோப்பியர் மொழிகளில் பயன்படுத்தப்படுகின்றது.

இந்தச் சொல் கொலம்பஸ் கரீபியன் தீவுகளை கண்டுபிடித்த காலத்தில் உருவானது. கொலம்பஸுடன் சென்ற ஸ்பானிய மாலுமிகள் அந்த தீவுகளில் வாழ்ந்த கரிபா இன மக்கள் மனித மாமிசம் உண்பதைக் கண்டிருக்கிறார்கள். கரிபா என்ற சொல் கனிபா எனத் திரிபடைந்து கனிபலிசம் ஆகியது.

பிரேசிலின் வடபகுதிகளில் வாழ்ந்த துப்பி செவ்விந்தியர்களின் வாழ்க்கை முறையும் சடங்குகளும் வித்தியாசமானவை. இவர்கள் 16-ஆம் நூற்றாண்டிலும் வேடுவர் சமூகமாகத்தான் வாழ்ந்து வந்தனர்.

பழங்குடி இனங்களுக்கு இடையில் அடிக்கடி யுத்தங்கள் நிகழும். அப்போது பலர் போர்க் கைதிகளாக சிறைப்பிடிக்கப்படுவார்கள்.

போர்க் கைதிகளாக பிடிபட்டவர்களை குறிப்பிட்ட காலம் சிறை வைத்திருந்து விட்டு குறிப்பிட்ட ஒரு நாள் நடக்கும் சடங்குகளின் போது கொன்று சாப்பிடுவார்கள்.

நெருப்புக்கு மேலே பன்றியை வாட்டுவது போல அந்த மனிதர்களையும் வாட்டுவார்கள். தோலை தனியாக உரித்து விட்டு உடலை துண்டு துண்டு களாக வெட்டி சாப்பிடுவார்கள்.

எதிரி இனத்தவனது உடலை சாப்பிடுவதன் மூலம் தமக்கு சக்தி கிடைக்கிறது என்று அவர்கள் நம்புகிறார்கள். அத்துடன் தம்மின மக்களை கொன்ற எதிரியை கொன்று சாப்பிடுவதன் மூலம் பழி தீர்க்கப்பட்டு விட்டதாக திருப்திப்படுகின்றனர். இது மிகத் தீவிரமான கொடூரமான ஒரு இன வெறுப்புணர்வு.

பண்டைய காலத்தில் இந்த நடைமுறை அநேகமாக எல்லா இனத்தவர்கள் மத்தியிலும் இருந்துள்ளது. அதாவது போரில் வென்ற இனம் மட்டுமல்லாது தோல்வியுற்ற இனத்தவரும் தம்மால் சிறைப்பிடிக்கப்பட்ட போர்க் கைதிகளை கொன்று சாப்பிடும் வழக்கத்தை கொண்டு இருந்தனர்.

போர்க் கைதிகளை சுதந்திரமாக விட்டாலும் அவர்கள் தப்பியோட மாட்டார்கள். ஏனென்றால் அந்த நபர் தப்பிச் சென்று தனது இனத்தவரிடம் சேர முடியாது. அவர்கள் அவனை ஒரு கோழையாக கருதுவார்கள். இப்படித் தப்பி ஓடி வருவதை விட எதிரிகள் கையில் சாவது மேலானது என கூறுவார் கள்.

மனித மாமிசம் உண்ணும் செவ்விந்திய மக்கள் ஒருநாளும் தமது இனத்தைச் சேர்ந்தவர்களை உண்ண மாட்டார்கள். கடுமையான பஞ்சம் வந்தாலும் அதைச் செய்ய மாட்டார்கள்.

சடங்குகளின் போது தங்களுடைய வன்மத்தை காட்டுவதற்காகவே மனித இறைச்சி உண்பது வழக்கமாக இருந்தது.

போர்க்காலம் என்பதால் தம்முடன் சேர்ந்து போரிட்ட பூர்வீக செவ்விந்திய வீரர்கள் நரமாமிசம் உண்பதை ஸ்பெயின் வீரர்கள் தடுப்ப தில்லை. இருப்பினும் போர் முடிந்த பிறகு கிறிஸ்தவ மதத்தின் பெயரால் நர மாமிசம் உண்பதை தடை செய்தார்கள்.

ஸ்பெயின் நாட்டவர் கைப்பற்றிய இடங்களிலெல்லாம் நரபலி கொடுப்பதும் தடுக்கப்பட்டது. ஒவ்வொரு கிராமமாக கைப்பற்றியதும் அங்கிருந்த தெய்வச் சிலைகளை உடைத்து நொறுக்கினார்கள். தடுக்க முயன்ற பூசாரிகளைக் கொன்றனர்.

செவ்விந்தியர்களின் சடங்குகளில் நரபலி கொடுப்பது மிகவும் கொடூரமான காட்சியாக இருக்கும்.

பிரமிட் உச்சியில் இருக்கும் கடவுள் சிலைக்கு முன்னால் உள்ள பலி பீடத்தில் நரபலி கொடுக்கப்படுபவர் கட்டி வைக்கப்படுவார். நான்கு பேர் கைகளையும், கால்களையும் பிடித்துக் கொண்டிருக்கும்போது தலைமைப் பூசாரி நெஞ்சை அறுத்து இதயத்தை வெளியே எடுப்பார். இதற்காக கூரான எரிமலைக்கல் பொருத்தப்பட்ட ஒருவகைக் கோடாரி ஆயுதமாக பயன்படுத்தப்படும்.

உடலைக் கீறும்போது வழியும் ரத்தத்தை ஒரு கிண்ணத்தில் சேகரிப் பார்கள். வெளியே எடுத்த இதயத்தை கடவுள் சிலைக்கு படைப்பதுடன், சிலையையும் சுவர்களையும் ரத்தத்தால் பூசுவார்கள். பலி கொடுக்கப் பட்டவரின் உயிரற்ற உடல் கீழே உள்ள பக்தர்களை நோக்கி வீசப்படும். அவர்கள் அதை துண்டு துண்டாக வெட்டி எடுத்துச் சென்று சமைத்து சாப்பிடுவார்கள்.

அஸ்தேக் சாம்ராஜ்யத்தில் நரபலி கொடுப்பதற்கு அரசியல் மதக் காரணங்களை, சொல்லி நியாயப்படுத்தினார்கள். உலகில் இயற்கைச் சமநிலை பேணுவதற்கு மனிதப் பலி கொடுக்க வேண்டும் என்பது அவர்களது மத நம்பிக்கை.

வறட்சி, வெள்ளம் போன்ற இயற்கையின் சீற்றங்களை தணிப்பதற்கு நரபலி கொடுப்பது அவசியம் என்று கருதினார்கள். இயற்கை அழிவுகளின் போதுதான் நரபலி கொடுப்பதும் அதிகரித்துள்ளது. வருடத்திற்கு ஆயிரக்கணக்கான நரபலி கொடுப்பது வழக்கமாக இருந்தது.

சில வருடங்கள் பலி கொடுப்பது குறைந்து விட்டால் அதற்காகவே போர்களை நடத்தினார்கள்.

அன்று நடந்த போர்கள் நிலத்தை ஆக்கிரமித்து, பொன் பொருள்களை அபகரிப்பதுடன் நிற்பதில்லை. போர்க் கைதிகளை பிடித்து வந்து பலி கொடுப்பது ஒரு மதக் கடமையாகக் கருதப்பட்டது.

ஏகாதிபத்திய விஸ்தரிப்பு வாதமும் நரபலி கொடுப்பதன் மூலம் நியாயப்படுத்தப்பட்டது. மன்னர்கள் அதை ஒரு மதக்கடமை என்று கூறு வதன் மூலம் மக்களின் ஆதரவைப் பெற்றுக் கொண்டனர்.

பிற நாடுகளின் மீது படையெடுத்து அங்கு சிறைப்பிடிக்கப்பட்ட ஏராளமான போர்க் கைதிகளை கொண்டு வந்து நகரங்களில் இருந்த கோயில் களில் பலி கொடுத்தனர். இதனை மக்கள் கூடி நின்று வேடிக்கை பார்க்க ஊக்குவிக்கப்பட்டனர்.

தெநோக்தித்ரன் நகரைக் கைப்பற்றுவதற்கு ஸ்பெயின் படையினருடன் சேர்ந்து போரிட்ட செவ்விந்திய இனங்களைச் சேர்ந்த வீரர்களுக்கு நல்ல வேட்டை கிடைத்தது.

அவர்கள் அங்கிருந்த உடல்களை கொண்டு சென்று ஊரில் இருந்த குடும்ப உறுப்பினர்களுடன் பகிர்ந்துண்டார்கள்.

அதாவது தமது எதிரிகளின் உடல்களை சாப்பிடுவதை பெருமையாகக் கருதினார்கள்.

நரபலி கொடுக்கும் வழக்கம் ஆயிரம் ஆண்டுகளாக மாறாமல் அப்படியே இருந்து வந்துள்ளது. அதற்கு காரணம் நரபலி கொடுக்கப்படுபவர்கள் தனது இனத்தவர் அல்ல என்ற உணர்வு. அதாவது எதிரி இனத்தைச் சேர்ந்தவர்களை மனிதர்களாக மதிக்காத மனப்பான்மை. மேலும் நரபலி கொடுக்கப்படு பவர்கள் பொருளாதார ரீதியாக கீழ்தட்டு மக்களாக இருந்தனர்.

5

செவ்விந்தியரின் அழிவுப் பின்னணி

போர்த்துக்கீசியர் முதன்முதலில் சந்தித்த செவ்விந்தியர் திடகாத்திரமாய் இருப்பதுபோல தெரிந்தனர். வயதில் மூத்த செவ்விந்தியர் நூறு வயதை எட்டியிருந்ததாக ஆரம்பகால ஆய்வுப் பணிகள் கருதுகின்றனர்.

ஆனாலும் ஐரோப்பிய மற்றும் ஆப்பிரிக்க வியாதிகளை இவர்களால் தாக்குப்பிடிக்க முடியவில்லை. செவ்விந்தியர் அழிவின் விளிம்புக்குச் செல்ல இதுவே மற்ற எல்லாவற்றையும் விட முக்கியக் காரணமாக இருந்திருக்கலாம்.

செவ்விந்தியரின் எண்ணிக்கையில் மாபெரும் சரிவை ஏற்படுத்திய உயிர்க்கொல்லி நோய்களைப் பற்றிய பீதியூட்டும் அறிக்கைகள் போர்த்துக்கீசியரின் பதிவுகளில் உள்ளன.

1561ல் போர்த்துகல்லைத் தாக்கிய பெரியம்மை அட்லாண்டிக்கை கடந்து போர்த்துக்கீசியர் குடியேறிய பகுதிகளிலும் பரவியது. அதன் பாதிப்பு அதிர்ச்சியூட்டுவதாக இருந்தது.

மே 12, 1563ல் ஜெஸ்யூட் லியோனார்டோவேல் எழுதிய கடிதத்தில், உயிர்க்கொல்லி நோயின் பிடியில் அகப்பட்ட பிரேசில் குடிகளின் படு பயங்கரமான நிலைமை இவ்வாறு விவரிக்கிறது.

பெரியம்மையின் ஒருவகையான இந்நோய் மிகக் கொடியதாகவும், துர்நாற்றம் வீசுவதாகவும் இருந்தது. அந்த வீச்சத்தால் யாருமே நோயாளிகளின் பக்கத்தில் செல்ல முடியவில்லை. இவ்வாறு கவனிப்பாரற்றுக் கிடந்ததால் பலர் உயிரிழந்தனர். கொப்புளங்களில் இருந்த புழுக்கள் அவர்களுடைய உடலை அரித்துத் தின்றதோடு அவை பெரிது பெரிதாகவும் எக்கச்சக்கமாகவும் இருந்ததால் பார்ப்பவர்களுக்கு அதிர்ச்சியையும் பீதியையும் ஏற்படுத்தியது.

கலப்பினத் திருமணம் செய்து கொண்டதும் கூட அனேக இனத்தவரின் மறைவுக்கு காரணமாக இருந்தது. முன்பின் தெரியாதவர்களுக்கு தங்களுடைய மகள்களைக் கொடுப்பது அவர்களுக்கு காட்டும் உபசரிப்பாக செவ்விந்தியர் கருதினர்.

ஜெஸ்யூட்டுகள் 1549ல் முதன்முறையாக பிரேசிலில் கால் பதித்தபோது கண்ட காட்சி அவர்களை அதிர வைத்தது. ஆண்கள் மணமுடிக்காமலேயே செவ்விந்தியப் பெண்களுடன் கூடி வாழ்வது சட்டபூர்வமானது என்று பகிரங்கமாகக் கூறினார்கள்.

குடியேறியவர்கள் தங்களுடைய செவ்விந்திய அடிமைப் பெண்கள் எல்லோரையுமே ஆசை நாயகிகளாக வைத்துக் கொண்டார்கள்.

ஒரு காலத்தில் பிரேசில் நாட்டின் கடற்கரை சமவெளிகளில் புற்றீசல் போலப் பரவிக் கிடந்த செவ்விந்தியர் சுமார் 1650-ஆம் ஆண்டிற்குள்ளாக வியாதியாலும், அடிமைத்தனத்தினாலும், கலப்புத் திருமணத்தாலும் படிப்படியாக காணாமல் போயினர். அமேசான் பிராந்தியத்தில் வாழ்ந்தவர்களுக்கும் சீக்கிரத்திலேயே இதே கதி ஏற்பட்டது.

போர்த்துக்கீசியர் அமேசான் பிராந்தியத்தில் கால் ஊன்றியதைத் தொடர்ந்து அதன் கீழ்ப்பகுதியில் வசித்து வந்த செவ்விந்தியக் குடிகளை மரம் போல வெட்டிச் சாய்த்தனர்.

ஏதோ தங்களுக்கு அனுமதி கிடைத்தது போல வெட்டிச் சாய்த்தனர்.

மாரனியோங்கைச் சேர்ந்த மதத்தலைவர் மான்வெல் டேஷேரா. ஒரு சில பத்தாண்டுகளுக்குள்ளாக மாரனியோங் மற்றும் பராமாகாணங்களைச் சேர்ந்த சுமார் இருபது லட்சம் செவ்விந்தியரை போர்த்துக்கீசியர் கொன்று குவித்தனர் என்று கூறியுள்ளார்.

1750-ஆம் ஆண்டிற்குள்ளாக தொலைதூர பகுதிகளைத் தவிர அமேசான் பிராந்தியத்திலுள்ள கிட்டதட்ட அனைத்து செவ்விந்தியருமே துடைத் தழிக்கப்பட்டனர்.

19-ஆம் நூற்றாண்டின் இறுதியிலும் 20-ஆம் நூற்றாண்டிலும் அமேசான் பிராந்தியத்தின் கடைக்கோடியிலிருந்த அநேக பகுதிகள் வளர்ச்சியடையவே ஆங்காங்கே இருந்த கொஞ்ச நஞ்ச செவ்விந்தியருடன் வெள்ளையர்கள் மீண்டும் தொடர்பு வைத்துக் கொள்ள ஆரம்பித்தார்கள்.

சார்லஸ் குட்இயர் என்பவர் 1839ல் ரப்பரை கந்தகத்துடன் கலந்து சூடாக்கி வலுப்படுத்தும் முறையைக் கண்டுபிடித்தார். அதைத் தொடர்ந்து ரப்பர் டயர்களும் உருவாக்கப்பட்டதால் ரப்பர் பிரியர்களின் கூட்டம் அலை மோத ஆரம்பித்தது. அமேசான் பகுதியில் வியாபாரிகள் குவிந்த வண்ணம் இருந்தனர்.

அங்கு மட்டுமே சுத்திகரிக்கப்படாத ரப்பர் கிடைத்தது. அது செவ்விந்தியரைக் கொடூரமாக பணி சித்திரவதைகளுக்கு ஆளாக்கி அவர்களுடைய இறப்புகளுக்கு காரணமானது.

6

செவ்விந்தியரும் காலனி ஆதிக்க நாடுகளும்

செவ்விந்தியர் சிந்தும் ரத்தத்தையும் கண்ணீரையும் பொருட்படுத்தாது லாபக்கணக்கில் இருந்த நாடுகள் இவர்களின் உழைப்பை விழுங்குவதில் மட்டும் எல்லா காலக்கட்டத்திலும் போட்டி போட்டுக் கொண்டே இருந்தனர்.

காலனி ஆதிக்க நாடுகளுக்கு இடையிலான போட்டியில் முக்கியமாக மாட்டிக் கொண்டவர்கள் செவ்விந்தியரே.

பிரெஞ்சுக்காரர்களும் டச்சுக்காரர்களும் போர்த்துக்கீசியப் பிடியிலிருந்து பிரேசிலை விடுவித்து அதைத் தங்கள் வசமாக்க முயன்றனர்.

காலனி ஆதிக்க நாடுகள் ஒவ்வொன்றும் செவ்விந்தியரை தங்களுக்கு பக்கவாத்தியமாக வைத்துக் கொண்டு ஒன்றுக்கொன்று போட்டியிட்டன.

தங்கள் நாட்டை அபகரிக்கவே இவர்கள் அனைவரும் போட்டி போடுகிறார்கள் என்பதை இந்த அப்பாவி செவ்விந்தியர் கூட்டம் புரிந்து கொள்ளவே இல்லை.

மாறாக தங்களுடைய பகைவர்களை அதாவது பிற செவ்விந்திய இனத்தவரை பழிவாங்குவதற்கு இதுதான் சமயமென கருதி, ஆதிக்க

நாடுகளுக்கிடையில் நடந்த சண்டையில் அவர்களாகவே சேர்ந்து கொண்டனர்.

நவம்பர் 10, 1555ல் பிரஞ்சு உயர்குடியைச் சேர்ந்த நிக்கோலாடெவில் ஜென்யான் என்பவர் குவானபாரா வளைகுடாவுக்கு வந்து அங்கே ஒரு கோட்டையைக் கட்டினார்.

அவர் டமாயா இன செவ்விந்தியருடன் கூட்டுச் சேர்ந்தார். போர்த்துக்கீசியர்கள் டுபீனான்பா இன செவ்விந்தியரை பாஹியாவிலிருந்து அழைத்து வந்து, தகர்க்க முடியாத அந்த பலத்த கோட்டையை 1560-ல் வந்து தாக்கினர்.

பிரெஞ்சுக்காரர்கள் அங்கிருந்து தப்பி ஓடினாலும் டமாயா இனத்த வருடன் சேர்ந்து தொடர்ந்து வியாபாரத்தில் ஈடுபட்டு வந்தனர். அத்துடன் போர்த்துக்கீசியரை தாக்கும்படி அவர்களிடம் தூபமிட்டும் வந்தனர்.

போர்த்துக்கீசியர், டமாயா இனத்தவருடன் பலமுறை போரிட்ட பிறகு இறுதியில் அவர்களை முறியடித்தனர். ஒரேவொரு போரில் மட்டுமே 10,000 பேர்கள் கொல்லப்பட்டனர் என்றும் 20,000 பேர் அடிமைகளாக பிடிக்கப் பட்டனர் என்றும் கூறப்படுகிறது.

7

ஐக்கிய அமெரிக்காவிலுள்ள தொல்குடி அமெரிக்கர்

ஐக்கிய அமெரிக்காவிலுள்ள தொல்குடி அமெரிக்கர் என்போர் அலாஸ்காவின் சில பகுதிக்கு உட்பட இன்றைய ஐக்கிய அமெரிக்காவுக்கு உட்பட்ட வடஅமெரிக்கப் பகுதிகளைச் சேர்ந்தவர்களும், ஐரோப்பியர் வருகைக்கு முன்பிருந்தே நீண்ட காலம் அங்கு வசித்து வருபவர்களும் ஆவர்.

இவர்களுள் பெரும் எண்ணிக்கையிலான தனித்துவமான பழங்குடிகள், நாடுகள், இனக்குழுக்கள் என்பன அடங்கும்.

இவர்களுள் பலர் இன்றும் அரசியல், சமுதாயங்களாக இருந்து வருகின்றனர். இவர்கள் அமெரிக்க இந்தியர், இந்தியர், மூல அமெரிக்கர், அமெரிந்தையர் போன்ற பல பெயர்களாலும் அழைக்கப்படுவது உண்டு.

எல்லாத் தொல்குடி அமெரிக்கர்களும் தொடர்ச்சியாக அமைந்த 48 மாநிலங்களிலிருந்து வந்தவர்கள் அல்லர். இவர்களில் சிலர் அலாஸ்காவையும் தீவுகளையும் சேர்ந்தவர்களாக உள்ளனர்.

இத்தகையவர்களில் அலாஸ்காவைச் சேர்ந்த இனுப்பியாக், யூப்பிக், எஸ்கிமோக்கள், அலெயுத்துகள் என்பவர்கள், எல்லா வேளையிலும் தொல்குடி அமெரிக்கராகக் கருதப்படுவதில்லை.

எனினும் 2000 ஆண்டுகளுக்கான குடித்தொகைக் கணக்கெடுப்பு ஆவணங்களில் இவர்கள் எல்லோரையும் சேர்த்து அமெரிக்க இந்தியர்களும், அலாஸ்கா தொல்குடிகளும் எனக் குறிப்பிடப்பட்டுள்ளது.

ஹவாய் தொல்குடிகளும் பல்வேறு பசிபிக் தீவு அமெரிக்கர்களும் கூடத் தொல்குடி அமெரிக்கர்களாக கருதப்படலாம். ஆயினும் இது பொதுவான நடைமுறை அல்ல.

அமெரிக்காவில் இடம் பெற்ற ஐரோப்பியர் குடியேற்றம், தொல்குடி அமெரிக்கர்களையும், அவர்கள் பண்பாட்டையும் சிதைத்து விட்டது. 16-ஆம் நூற்றாண்டு தொடக்கம் முதல் 19-ஆம் நூற்றாண்டு வரை ஐக்கிய அமெரிக்கா ஆகிவிட்ட பகுதிகளிலிருந்து மக்களுக்கு ஐரோப்பியக் குடியேற்றம் பலவழிகளிலும் நாசம் விளைவித்தது.

ஐரோப்பியக் குடியேற்றக்காரர்களினால் ஏற்படுத்தப்பட்ட வன்முறைகளும் இன அழிப்பும் ஐரோப்பாவிலிருந்து வந்த தொற்று நோய்கள் சொந்த நிலங்களிலிருந்து இடம் பெயர்ந்தமை, அடிமை ஆக்கப்பட்டமை, உள்நாட்டுப் போர் என்பவற்றுடன் பெருமளவு கலப்பு மறுமணங்களும் இந்த அழிவுகளுக்கு முக்கிய காரணங்கள் ஆயின.

சியாட்டிலில் நடைபெற்ற தொல்லியல் அகழாய்வுகள் இங்கு தொல்குடி அமெரிக்கர்கள் 4000 ஆண்டுகளுக்கு முன்பிருந்தே இங்கு வாழ்ந்திருக்கிறனர் என்பதற்கான சான்றுகள் கிடைத்துள்ளன.

துவாமிச குடிகள் என அறியப்படுகின்ற தொல்குடிகள் எலியட் விரிகுடாவைச் சுற்றி பதினேழு சிற்றூர்களில் வாழ்ந்து வந்தனர்.

இங்கு வந்தடைந்த முதல் ஐரோப்பியர் ஜார்ஜ் வான்கூவர் ஆகும். இவர் மே 1792ல் பசிபிக் வடமேற்கில் ஆய்வுப் பயணம் மேற்கொண்டபோது இங்கு வந்தார்.

1851ல் லுதர்காலின்சு இங்குள்ள துவார்னிச ஆற்றுமுகத் துவாரத்தில் வந்திறங்க ஒரு இடம் தேடினார்.

அதே நேரத்தில் ஆர்தர் ஏடென்னியன் குழுவினரும் இப்பகுதிக்கு குடியேற வந்தனர்.

செப்டம்பர் 1851ல் அவர்கள் சியாட்டிலின் அல்க்கி முனைக்கு உரிமை கோரினர். அல்கி முனையில் மிகுந்த கடுமையான குளிர்காலத்தை

எதிர்கொண்ட டென்னிக் குழுவினர் அங்கிருந்து இடம் பெயர்ந்து எலியட் விரிகுடாவுக்கு எதிரே தற்போதைய பயனீர் சதுக்கம் அருகே முகாமிட்டு அங்கு உரிமை கோரினர்.

புதிய இடத்துக்கு துவாம்ப்வு எனப் பெயரிட்டனர். ஆனால் அவருடன் வந்த சார்லஸ் டெர்ரியும் ஜான்லாவும் பழைய இடத்திலேயே தங்கி விட்டனர். தாங்களிருந்த இடத்தை நியுயார்க் அல்க்கி என்றும் பெயரிட்டனர்.

அடுத்த சில ஆண்டுகளுக்கு இவர்களின் குழுவினரும் அவரவர் இடங்களை முன்னெடுக்க முயன்றனர். ஆனால் நாளடைவில் அல்க்கி கைவிடப்பட்டு துவாம்ப்சிற்கு அனைவருமே குடியேறத் தொடங்கினர்.

இங்கு துவக்கத்தில் குடியேறியவர்களில் ஒருவரான டேவிட் சுவின்சன் உள்ளூர் குடிகளின் தலைவனாக இருந்தவரின் பெயரான சியாட்டிலை புதிய குடியேற்றத்திற்குப் பெயராக பரிந்துரைத்தார்.

8

ரத்தத்தை உறைய வைக்கும் செவ்விந்திய இன அழிப்பு

இன்றைய அமெரிக்காவின் கறுப்பின இளைஞர்களில் நான்கில் ஒருவர் சிறையில் இருக்கிறார். கல்லூரியில் படிக்கும் கறுப்பின இளைஞர்களை விட சிறையில் இருப்பவர்களே அதிகம்.

தமது சொந்த மண்ணான ஆப்பிரிக்காவிலிருந்து அவர்களைப் பிடுங்கிக் கொண்டு வந்து சீரழித்தது யார்? கறுப்பன் என்றாலே அடிமை என்ற நிலையை உருவாக்கியது யார்?

அந்த நிறவெறியின் தந்தை கொலம்பஸ். ஆம் அமெரிக்க அடிமை வர்த்தகத்தின் தந்தை கொலம்பஸ். வெள்ளையர் அல்லாதவர்களை மட்டுமே அடிமையாக்கியதின் மூலம் அடிமை வியாபாரத்துடன் நிற வெறியையும் இணைத்தவன் கொலம்பஸ்.

கொலம்பஸுக்கு முந்தைய காலத்திலும் அடிமை வர்த்தகம் இருந்தது. ஆப்பிரிக்காவிலிருந்து போர்த்துக்கீசியர்களால் கொண்டு வரப்பட்ட கறுப்பின அடிமைகள் வீட்டு வேலைக்காரர்களாக, கணக்கர்களாக வர்த்தக முகவர்களாகக் கூட பணியாற்றியிருக்கிறார்கள்.

கி.பி. 1440ல் போர்த்துக்கலில்ல ஆப்பிரிக்க அடிமைகள் ஏலம் விடப்பட்ட போது அவர்களை குடும்பங்களிலிருந்து பிரித்துக் கொண்டு வந்ததை

சாதாரண போர்த்துக்கீசிய குடிமக்களே எதிர்த்திருக்கிறார்கள். காரணம் நிறம் அல்லது இனம் காரணமாக இயற்கையிலேயே தங்களைவிட தாழ்ந்த மனிதர்களாக அடிமைகளை அவர்கள் கருதவில்லை.

ஆனால் அடுத்த 60 ஆண்டுகளில் கி.பி. 1560ல் இந்நிலைமை தலைகீழாக மாறி விட்டது.

மத்திய அமெரிக்கத் தீவுகளின் பழங்குடி மக்களை இரண்டு வகையாகப் பிரித்தான் கொலம்பஸ்.

அரவாக் இனத்தவர்கள் ஆயுதமேந்த லாயக்கற்றவர்கள். ஆனால் சொல்வதை எளிதில் புரிந்து கொள்ளக் கூடியவர்கள். எனவே அவர்களை வேலைக்காரர்களாகப் பயன்படுத்தலாம்.

கரீபிய இனப்பழங்குடிகள் மூர்க்கமாக உள்ளவர்கள். எனவே இவர்களை அடிமைச் சந்தையில் விற்றுவிடலாம் என்று ஸ்பெயின் மன்னனுக்கு எழுதிய கடிதத்தில் குறிப்பிட்டிருந்தான்.

தன்னை அன்புடன் வரவேற்று பொன்னை அள்ளித் தந்த சான் சால்வடார் பழங்குடிகளை விலங்கிட்டு அடிமையாக இழுத்து வந்தான் கொலம்பஸ்.

ஹெய்தி மக்களைப் பார்த்து, உலகத்திலேயே இவர்களைப் போல இனிமையானவர்கள் கிடையாது என்று சொல்லிவிட்டு அடுத்த வரியிலேயே இவர்களை நல்ல வேலையாட்களாகப் பயன்படுத்தலாம் என்று சிபாரிசு செய்தான்.

ஆயிரக்கணக்கான அமெரிக்கப் பழங்குடிகளைப் பிடித்து ஸ்பெயினுக்கு ஏற்றுமதி செய்ததுடன் மற்றவர்களை சொந்த மண்ணிலேயே அடிமையாக்கினான்.

நிறவெறியின் அடிப்படையிலான அடிமை முறையை கொலம்பஸின் பாதையில் அமெரிக்காவை ஆக்கிரமித்த ஐரோப்பியர்கள் அனைவரும் தொடர்ந்தனர்.

கி.பி.1622ல் ஆங்கிலேய ஆக்கிரமிப்பாளர்களை எதிர்த்த பௌஹாட்டன் பழங்குடி மக்களை மிருகங்கள், மிருகங்களை விட மிருகத்தனமான மிருகங்கள் என்று சாடினான் ஆங்கிலேய கேப்டன் ஸ்மித்.

அமெரிக்காவின் நவீன முதலாளித்துவம் கொலம்பஸின் கோட்பாட்டை காலத்திற்கேற்ப பிரயோகிக்கிறது. Hire and Fire என்ற மூன்றே சொற்களுக்குள் தனது தொழிலாளர் நலச் சட்டத்தை அமெரிக்கா அமல்படுத்துகிறது. நம்மையும் அமல்படுத்த நிர்ப்பந்திக்கிறது.

இளமையை முதலாளிக்குத் தந்துவிட்டு முதுமையில் விரட்டப்பட்டு நிர்க்கதியாக தெருவில் நிற்கும் அமெரிக்க அனாதைகளை உருவாக்கிய பிதாமகன் கொலம்பஸ்.

நிறவெறி மட்டுமல்ல அடிமைகளை பண்டங்கள் போலவும், ஆடு மாடுகள் போலவும் விற்பனை செய்யும் முறையை அறிமுகப்படுத்தியவன் கொலம்பஸ். அவனுக்கு முந்தைய காலத்தில் அடிமைகளை விலை கொடுத்து வாங்கியவர்கள் ஆடுகளைப் போல விற்றதில்லை.

ஆதிக்கமும் சுரண்டலும் இருந்தபோதும் அடிமைகள் தங்கள் முதலாளி யுடன் பல பரம்பரைகளுக்கு கூட பிணைக்கப்பட்டிருந்தார்கள். ஆனால் நோயுற்றவர்கள் குறிப்பிட்ட திறமை இல்லாதவர்கள், முதியவர்கள், பெண்கள் ஆகியோரை அடிமாடுகளைப் போல விற்கும் முறையை அறிமுகப்படுத்தியவன் கொலம்பஸ்.

அமெரிக்க முதலாளித்துவத்தின் வளர்ச்சி, கொலம்பஸின் இந்தக் கண்டுபிடிப்பை அதன் எல்லைக்கே கொண்டு சென்றது. அமெரிக்காவின் புகையிலை, ரப்பர், காபி தோட்டங்களுக்காக ஆப்பிரிக்க மக்களை விரட்டி, வேட்டையாடி கூண்டிலடைத்து ஏலம் விட்டனர்.

தூக்குமேடையைப் பார்த்திராத அமெரிக்கத் தீவுகளில் 340 தூக்கு மேடை களை நிறுவினான் கொலம்பஸ். இஸ்பானோலாவில் மட்டும் 50,000 பழங்குடிகளைப் படுகொலை செய்தான்.

கிர்க் பாட்ரிக் சேல் என்பவர் கொலம்பஸின் வாழ்க்கை வரலாற்றில் இவ்வாறு எழுதியுள்ளார்.

செவ்விந்தியர்களின் (பழங்குடிகளின்) கை, கால்களையும், குடலையும் நாய்களைக் கொண்டு குதற வைத்தனர். தப்பியோடிய இந்த செவ்விந்தியர் களை புதர்களில் தள்ளி ஈட்டிகளாலும், வாள்களாலும் கிடிக்கிப் பிடி போட்டுக் கொன்றனர்.

விரட்டிப் பிடித்த பழங்குடிப் பெண்களைத் தன் மாலுமிகளுக்கு பரிசாகத்

தந்தான் கொலம்பஸ். அந்தப் பெண்களை அவர்கள் பலாத்காரம் செய்ய முயன்றபோது அவர்கள் காட்டிய எதிர்ப்பை ஆத்திரத்துடன் தனது குறிப்புகளில் எழுதுகிறான் மாலுமி. காமவெறியால் கொலம்பஸின் மாலுமிகளுக்குள்ளேயே தோன்றிய கலவரங்களை இன்னொரு மாலுமி எழுதுகிறான்.

கொலம்பஸ் முதன் முதலில் ஆக்கிரமித்த ஹெய்தி மற்றும் டொமினிகன் தீவுகளின் அன்றைய 1492ல் மக்கள் தொகை 30 லட்சம். அடுத்த 40 ஆண்டு களில் 1532ல் அங்கே எஞ்சியிருந்தவர்கள் வெறும் 300 பேர் மட்டுமே!

கொலை செய்யப்பட்டவர்கள் வெறும் பழங்குடி மக்கள் அல்ல. கொலம்பஸின் வார்த்தைகளில் கூறினால் உலகத்திலேயே இனிமையான மக்கள்! அமெரிக்கா என இன்று அழைக்கப்படும் நிலப்பகுதியில் வாழ்ந்திருந்த பழங்குடிகள் இரண்டு கோடி. வனவிலங்குகளைப் போல மாதிரிக்காக இன்று விட்டு வைக்கப்பட்டிருப்பவர்கள் 16 லட்சம் பேர்கள்.

மெக்சிகோவில் ஐரோப்பியர்களின் நாகரீகக் காலடிகள் பதியும்போது அங்கிருந்த மக்கள் 2.5 கோடி. இன்று எஞ்சியிருப்பர்கள் 20 லட்சம் பேர்கள். ரத்தத்தை உறைய வைக்கும் இந்த இன அழிப்பை சாதிக்க நேரடியான கொலைகளைக் காட்டிலும் வக்கிரமான முறைகளை எல்லாம் கையாண்ட வர்கள் கொலம்பஸின் ஐரோப்பிய வாரிசுகள்.

அழிந்தது போக 4000 பேர் மட்டுமே எஞ்சியிருந்த ‘சேயன்’ எனும் பழங்குடி மக்களை ஆடு, மாடுகளைப் போல காயடித்தார்கள். வர்ஜினியப் பழங்குடி மக்களின் குழந்தைகளை வலுக்கட்டாயமாக அவர்களிடமிருந்து பறித்துக் கொண்டு சென்றது வர்ஜினியா புகையிலைக் கம்பெனி.

போர்வையைக் கொடுத்து பழங்குடிகளின் நிலத்தை எழுதி வாங்கிக் கொண்டார்கள். அந்த அப்பாவி மக்கள் அதைப பயன்படுத்திய போது அப்போர்வையை அவர்களது இறுதிப் பயணத்திற்கான கோடித் துணியானது. ஆம், வெள்ளைக்காரர்கள் பழங்குடியினருக்கு கொடுத்த போர்வை அம்மை நோயாளிகள் பயன்படுத்திய போர்வை.

வெள்ளையர்களின் நயவஞ்சகம் பற்றி மனம் வெதும்பி கூறுகிறார் ஒரு செவ்விந்தியத் தலைவர்.

‘பல்வேறு செவ்விந்திய இனக்குழுக்களுடன் மொத்தம் 371 ஒப்பந்தங்கள் போட்டார்கள். வெள்ளையர்கள் எங்களால் நினைவு வைத்துக் கொள்ள

முடியாத அளவு பல உறுதிமொழிகளைக் கொடுத்தார்கள். ஆனால் அவர்கள் ஒன்றை மட்டுமே நிறைவேற்றினார்கள். எங்கள் நிலத்தை எடுத்துக் கொள்கிறோம் என்றார். எடுத்துக் கொண்டார்கள்.'

முறியடிக்க வேண்டிய எதிரிகளை பழங்குடி மக்களை கொலம்பஸும் அவர்களது வாரிசுகளும் உயிருள்ள மனிதர்களாக் கருதவில்லை. அகற்றப்பட வேண்டிய சடப் பொருளாகவே கருதினார்கள்; சித்தரித்தார்கள்.

கொலம்பஸின் ஆக்கிரமிப்பை மிகக் கடுமையாக எதிர்த்துப் போராடியவர்கள் கரீபிய மக்கள் கரீப் என்றால் அவர்களது மொழியில் 'வீரம் செறிந்த' என்று பொருள்.

அவர்களை நர வேட்டையாடவும், அடிமையாக்கவும் கொலம்பஸ் கற்பித்த நியாயம் நயவஞ்சகமானது. அவர்கள் நர மாமிசம் தின்னும் காட்டுமிராண்டிகள் என்று கூறினான். கொலம்பஸின் இந்த தவறான கற்பிதம் மட்டுமே செவ்விந்தியரைக் கூட்டம் கூட்டமாகக் கொல்வதற்கான நியாயமாயிற்று.

ஒட்டுமொத்தத்தில் வெள்ளை நாகரீகத்தை ஏற்றுக் கொள்ளாதவர்கள் எதிர்ப்பவர்கள் காட்டுமிராண்டிகள். காட்டுமிராண்டிகள் மனிதர்களே அல்லர். அவர்களைக் கொல்வதில் யாதொரு தவறும் இல்லை. மனித வாழ்வுக்கு அவர்கள் பெரும் தடைக்கற்கள் மட்டுமே!

இதே கருத்தை அமெரிக்கக் குழந்தைகளுக்கு வெகு எளிமையாக யூகமாக சொல்லித் தருகிறது அவர்களது பாடநூல்.

அமெரிக்காவை கண்டுபிடித்த கொலம்பஸ் ஸ்பெயினுக்குத் திரும்பி வரும்போது தன்னுடன் சில மீன்கள், பறவைகள் மற்றும் விநோதமான செம்பு நிறமுள்ள பழங்குடிகளையும் கொண்டு வந்தார்.

தங்களின் வாழ்க்கை வளத்துக்கும் உயர்வுக்கும் செவ்விந்தியர்களைக் கூட்டம் கூட்டமாக பலியாடுகளாகப் பயன்படுத்துவதில் பாவம் ஏதும் அவர்கள் உணரவில்லை. அவர்களின் இனப் படுகொலைகளுக்கான காரணங்களுக்கு எல்லா மட்டத்திலும் நியாயக் குரல்களையும் வார்த்தைகளையும் பயன்படுத்திக் கொண்டே இருக்கிறார்கள்.

௯

செவ்விந்தியரின் வாழ்வியல்

பூர்வீக செவ்விந்திய அமெரிக்க குழுக்கள் தங்கள் கலாச்சாரத்துக்கு தனித்துவமான பல நம்பிக்கைகளை வைத்திருந்தனர்.

பூர்வீக அமெரிக்கர்கள் இயற்கையுடன் நெருக்கமாக வாழ்ந்தனர். எனவே அவர்களின் பல நம்பிக்கைக் இயற்கையுடன் தொடர்புடையவை.

பூர்வீக அமெரிக்கப் பழங்குடியினரிடையே இந்த நம்பிக்கைகளின் எழுத்து வடிவம் இல்லை. அவை ஒரு தலைமுறையிலிருந்து மற்றொரு தலை முறைக்கு வாய் வழியாக பயிற்சி மற்றும் ஆர்ப்பாட்டம் மூலம் பரவியது.

ஒரு பழங்குடியிலிருந்து மற்றொரு பழங்குடியினருக்கு இந்த நம்பிக்கைகள் மாறுபட்டிருக்கலாம். ஆனால் அவர்களில் பெரும்பாலோர் ஒரு பெரிய ஆவி, பெரிய மர்மம் அல்லது உச்ச சக்தியை நம்பினர்.

பெரிய ஆவியானவர் பூமியையும் இந்த மனித குலத்தையும் படைத்தார் என்று அவர்கள் நம்பினர்.

மிக முக்கியமான பூர்வீக அமெரிக்க நம்பிக்கைகளில் ஒன்று ஆனிமிசம். ஆனிமிசம் என்பது கற்கள் முதல் தாவரங்கள் மற்றும் விலங்குகள் மற்றும்

பறவைகள் வ்ரை அனைத்தும் தனித்துவமான ஆவி உள்ளது என்ற நம்பிக்கையை இது குறிக்கிறது.

பூர்வீக அமெரிக்க ஆன்மீகத்தில் ஷாமன்கள் ஒரு முக்கிய இடத்தைப் பிடித்தனர். ஷாமன் ஒரு பழங்குடியினரின் குணப்படுத்தும் மருந்து மனிதர். ஷாமன் ஆவி உலகத்துடன் தொடர்பு கொள்ள முடியும் என்று இவர்கள் நம்பினர்.

பூர்வீக அமெரிக்க கலாச்சாரத்தின் முக்கிய அம்சங்களில் ஒன்று பூர்வீக அமெரிக்க பழங்குடியினரின் மதமாகும்.

மகத்தான ஆவியானவர் இந்த உலகத்தை படைத்தார் என்று நம்பினர். பாறைகள் முதல் தாவரங்கள் வரை மற்றும் பறவைகள் முதல் விலங்குகள் வரை அனைத்திலும் ஆவிகள் இருப்பதாக அவர்கள் நம்பினர்.

சடங்குகள் பூர்வீக அமெரிக்க கலாச்சாரத்தின் ஒரு முக்கிய பகுதியாகும். வெவ்வேறு சந்தர்ப்பங்கள் மற்றும் நோக்கங்களுக்காக சடங்குகள் இருந்தன.

சூரிய நடனம் என்பது ஒரு பழங்குடி வீரர்களால் சூரிய கடவுளை மகிழ்விப்பதற்காக நிகழ்த்தப்பட்ட ஒரு வகையான சடங்கு.

பேய் நடனம் என்பது இறந்தவர்களுடன் பேசுவதற்கும் எதிரிகளை எதிர்த்துப் போரிடுவதற்கும் அவர்களின் உதவிகளை கேட்பதற்கும் ஒரு சடங்கு.

பூர்வீக அமெரிக்க கலாச்சாரத்தில் திருவிழாக்கள் மற்றும் விழாக்கள் முக்கியமான சமூக நிகழ்வுகள். பூர்வீக இந்தியர்கள் ஒவ்வொரு ஆண்டும் பல பண்டிகைகளைக் கொண்டாடினர்.

உள்ளூர் கால நிலை மற்றும் அவர்களின் வாழ்க்கை முறைகளுக்கு ஏற்றவாறு பழங்குடியினர் வீடுகளை உருவாக்கி வாழ்ந்தனர்.

காட்டெருமைகளை வேட்டையாடித் திரியும் ஒரு குழுக்கள் டீபீஸ் எனப்படும் தற்காலிக குடில்கள் வசித்து வந்தனர். இவை கூம்பு வடிவ வீடுகளாக இருந்தன. அவை மரச்சட்டம் மற்றும் காட்டெருமை தோலால் செய்யப்பட்டன. அவை கட்டமைக்கவும் பிரித்து வேறு இடத்தில் உருவாக்கவும் வசதியாக இருந்தது.

விவசாயம் செய்யும் செவ்விந்தியர் பழங்குடியினர் அடிக்கடி இடம் பெயராமல் நிரந்தர வீடுகளில் வசித்து வந்தனர்.

பூர்வீக அமெரிக்க கலாச்சாரத்தில் இசை ஒரு முக்கிய அங்கமாக இருந்தது. பூர்வீக செவ்விந்திய குழுக்கள் வேட்டைக்கு செல்லுமுன் போரின்போது, துக்கம் அல்லது மகிழ்ச்சியின்போது பல சந்தர்ப்பங்களில் இசையை வாசித்தனர். சரம் கருவிகள், காற்று வாத்தியங்கள், தாள வாத்தியங்கள் ஆகியவற்றை சந்தர்ப்பத்திற்கே அவர்கள் வாசித்தனர்.

பூர்வீக செவ்விந்திய இனக் குழுக்கள் அமெரிக்க கண்டத்திற்கு வெளியே மற்ற இடங்களுடன் தொடர்பு கொள்ளவில்லை. எனவே பூர்வீக அமெரிக்க பழங்குடியினர் தங்களுக்கென்று ஒரு தனித்துவமான கலாச்சாரம், கலை, வீடு கட்டும் பணி, ஆடை, உணவு மற்றும் வாழ்க்கை முறை ஆகியவற்றைக் கொண்டிருந்தனர்.

செவ்விந்திய குழுக்கள் 15-ஆம் நூற்றாண்டிலிருந்து அமெரிக்காவுக்கு வரத் தொடங்கிய ஐரோப்பியர்களிடமிருந்து கணிசமாக வேறுபட்டனர்.

உடைகள், விரிப்புகள், மட்பாண்டங்கள், போர்வைகள் மற்றும் பிற பொருட்களில் அவர்கள் செய்த வடிவங்கள் மற்றும் வடிவமைப்புகள் மூலம் அவர்கள் தங்கள் கலையை வெளிப்படுத்தினர்.

செவ்விந்தியக் குழுக்கள் மத்தியில் மட்பாண்டங்கள் ஒரு முக்கியமான கலை வடிவமாக இருந்தது. களிமண் மட்பாண்டங்கள் செய்வதற்கு இன்று பயன்படுத்தப்படும் முறையைப் போலவே நூற்பு சக்கரத்தைப் பயன் படுத்தினர்.

உடைகளில் சாயங்கள், முடிபூட்டுகள், உரோமங்கள், மணிகள், இறகுகள் மற்றும் பிற வண்ணமயமான நுட்பங்கள் பயன்படுத்தினர். வடிவமைப்புகள் ஒரு பழங்குடியினருக்கும் மற்றொரு பழங்குடியினருக்கும் வேறுபாடாக இருந்தது.

விரிப்புகள் மற்றும் ஆடைகள் இதேபோல் கலைகளால் அலங்கரிக்கப் பட்டன. கலை என்பது ஒரு படைப்பாற்றல் மட்டுமல்ல. ஒரு பழங்குடி யினரின் கலாச்சாரம் மற்றும் வரலாறுமாகும்.

இவர்கள் கூடைகளை உருவாக்கி காய்கறிகள் போன்ற பல்வேறு பொருட்களை எடுத்துச் செல்லப் பயன்படுத்தினர். இக்கூடைகளை சோளத் தட்டு மற்றும் நாரில் ஆகியவற்றால் தயாரித்தனர். கூடைகளில் வண்ணங்கள் சார்த்தி பெரும்பாலும் போர் போன்ற முக்கியமான வரலாற்று நிகழ்வுகளை சித்தரித்தனர்.

மணல் ஓவியங்கள் நவாஜோ பழங்குடியினரால் நடைமுறைப்படுத்தப்
பட்ட ஒரு கலை வடிவமாகும்.

செவ்விந்தியப் பழங்குடிகள் விவசாயம் மற்றும் விவசாயத்தையே
நம்பியிருந்தனர். பீன்ஸ், ஸ்குவாஷ் மற்றும் பிற பயிர்களை பயிரிட்டாலும்
மிகவும் பொதுவான பயிராக சோளமே கருதப்பட்டது. பயிர்களை
பயிரிடுவதிலும் அறுவடை செய்வதிலும் செவ்விந்திய பெண்கள் முக்கிய
பங்கு வகித்தனர்.

○

ஐரோப்பியர்கள் வட அமெரிக்காவுக்கு வந்தபோது அங்கு குதிரைகள்
இல்லை. பூர்வீக அமெரிக்க பழங்குடியினர் ஐரோப்பியர்களுக்கு வழங்கிய
பல்வேறு பொருட்களுக்காக குதிரைகளை வர்த்தகம் செய்தனர்.

செவ்விந்தியர் மிக விரைவாக சவாரி செய்ய கற்றுக் கொண்டனர்.
அவர்கள் புதிய குதிரை இனங்களையும் உருவாக்கினர்.

காட்டெருமை மற்றும் பிற விலங்குகளின் பதனிடப்பட்ட தோல்கள்
பூர்வீக அமெரிக்க பழங்குடியினருக்கு மிகவும் முக்கியமானவை. இந்தத்
தோல்களைப் பயன்படுத்தி அவர்கள் டிப்பிஸ் போன்ற தங்கள் வீடுகளைக்
கட்டினார்கள்.

அவர்கள் பதனிடப்பட்ட தோலில் ஆடைகள் மற்றும் பிற பாகங்கள்
தயாரிக்கவும் செய்தார்கள்.

ஆண்களுக்கு காட்டெருமை வேட்டையாடும் பணி இருந்தாலும்
பெண்கள் தோலை பதனிடும் பணியை மேற்கொண்டனர். பல சந்தர்ப்பங்
களில் அவர்கள் முதலில் விலங்கின் தோலை உரிப்பார்கள். பின்னர் அதை
உலர்த்துவதற்கு வெவ்வேறு முறைகளைப் பயன்படுத்துவார்கள்.

தோல் காய்ந்து முழுமையாக தோல் பதனிடப்பட்டதும் பெண்கள் அதை
வெட்டி தைத்து வெவ்வேறு பயன்பாடுகளுக்கு வடிவமைத்தனர்.

வேட்டையாடும் பழங்குடியினர் அடிக்கடி சுற்றித் திரிந்தபோது
பெண்கள் பொதுவாக டிப்பியை பிச்சிங் செய்வதற்கும் அதை ஒழுங்காக
எழுப்புவதற்கும் பொறுப்பாக இருந்தனர். பழங்குடியினர் ஒவ்வொரு
முறையும் ஒரு புதிய இடத்திற்கு செல்லும்போது இது தேவைப்பட்டது.

குதிரை சவாரி வேட்டை போன்ற பணிகளை சிறுவர்கள் கற்றுக் கொண்டனர். அவர்கள் கடின உழைப்பாளிகளாகவும், ஒழுக்கமுள்ளவர்களாகவும் வளர்க்கப்பட்டார்கள்.

பூர்வீக செவ்விந்தியக் குழந்தைகளின் வாழ்க்கையில் கதை சொல்லல் மிக முக்கியமான விஷயங்களில் ஒன்றாகும். பழங்குடியினத்தவரைச் சேர்ந்த பெரியவர்களைச் சுற்றி குழந்தைகள் உட்கார்ந்து சுவாரஸ்யமான கதைகளைக் கேட்டு வளர்ந்தார்கள். அந்தக் கதைகள் பெரும்பாலும் தங்கள் பழங்குடியினரின் வரலாறு, கலாச்சாரம் மற்றும் மரபுகளைப் பற்றியே இருந்தது.

10

அமரிக்கா கபளீகரம் செய்த செவ்விந்தியர் நிலம்

1870 களில் அமெரிக்கா பிறந்த சில ஆண்டுகளுக்குள்ளேயே அது மீதமிருந்த பூர்வ குடி செவ்விந்தியர்களின் நிலங்களை அபகரித்து கொண்டது.

காடுகளை அழித்து ஆப்பிரிக்க அடிமைகளின் உழைப்பைச் சுரண்டி தோட்டங்களையும் குடும்பப் பண்ணைகளையும் உருவாக்கியது.

1830 மற்றும் 1840 களில் மெக்ஸிகோ நாட்டிற்குச் சொந்தமான பகுதி களை இன்றைய டெக்ஸான் முதல் கலிபோர்னியா வரையிலான பிரதேசத்தை ஆக்கிரமித்து அபகரித்து வளர்ந்தது. 1890 வரை இந்த சாம்ராஜ்ய விரிவாக்கம் நடைபெற்றது.

இதற்கிடையில் அமெரிக்காவின் தென்பகுதியில் அடிமை உழைப்பில் வளர்ந்த தோட்ட முதலாளிக்கும், வட பகுதியில் வளர்ந்து வந்த ஆலை முதலாளிகளுக்கும் இடையே முரண்பாடு முற்றியது. தங்கள் ஆலைகளில் வேலைக்கு ஆட்கள் தேவைப்பட்ட போது முதலாளிகளின் பார்வை தென்பகுதி தோட்டங்களில் இருந்த அடிமைகள் மீது திரும்பியது.

முதலாளிகளுக்கும், தோட்ட அதிபர்களுக்கும் இடையே உள்நாட்டுக் கலவரம் வெடித்தது. இதில் ஆபிரகாம் லிங்கன் தலைமையின் கீழ் இருந்த

ஆலையை முதலாளிகள் வென்றனர். ஆலைகளின் உழைப்புத் தேவையை பூர்த்தி செய்வதற்காக அடிமை ஒழிப்புச் சட்டம் கொண்டு வரப்பட்டது.

ஐரோப்பிய அமெரிக்க முதலாளித்துவத்தின் வளர்ச்சிக்கு தேவையான ஆரம்ப மூலதனம் அமெரிக்காவிலுள்ள செவ்விந்தியர் மற்றும் ஆப்பிரிக்கா கண்டத்தின் கறுப்பின மக்களின் ரத்தத்திலிருந்து உறிஞ்சி எடுக்கப்பட்டது.

லட்சக்கணக்கான பூர்வகுடி செவ்விந்தியர்கள் மற்றும் ஆப்பிரிக்காவிலிருந்து அள்ளி வரப்பட்ட கறுப்பின மக்களின் நாகரீகங்களுக்கு கட்டப்பட்ட கல்லறைகளின் மீது இறுமாப்புடன் எழுந்து நின்றது மேற்கத்திய கலாச்சாரம்.

அமெரிக்க நாட்டின் தென்பகுதியிலிருந்த அடிமைகளின் உழைப்பில் வளர்ந்த தோட்ட முதலாளிகளைத் தோற்கடித்தபின் அந்நாட்டின் ஆலை முதலாளித்துவம் வேகமாக வளரத் துவங்கியது.

நீராவி சக்தி, புதிய இயந்திரங்கள், மின் சக்தி களத்தில் இறக்கி விடப்பட்டன. முதுகொடிய உழைப்பதற்கு செவ்விந்திய மக்களும் கறுப்பின மக்களும் இருந்தனர். எஃகு நிலக்கரி உற்பத்தி பன்மடங்கு பெருகியது.

இந்த அசுர வளர்ச்சியினால் உற்பத்தி பெருகியது. மூலதனம் ஒரு சிலரின் கைகளில் குவிந்தது. மாபெரும் நவீன தொழில் நிறுவனங்கள் உருவாகின. மூலதனக் குவியலின் காரணமாக முதலாளித்துவம் ஏகபோக முதலாளித்துவ கட்டத்தை அடைந்தது.

1887 மற்றும் 1903ஆம் ஆண்டுகளுக்கு இடைப்பட்ட காலத்தில் ஒவ்வொரு வாரமும் சராசரி இரண்டு கருப்பின மக்கள் தூக்கிலிடப்பட்டனர் அல்லது அங்கம் சிதைக்கப்பட்டனர்.

வடஅமெரிக்கா என்ற கண்டத்தையே திருடிய அமெரிக்க ஏகபோக முதலாளித்துவம் அங்கிருந்த எண்ணற்ற சிறு முதலாளிகள் விவசாயிகளை அழித்து வளர்ந்தது.

லத்தீன் அமெரிக்காவின் பூர்வகுடி செவ்விந்தியர்களின் உயிரையும் உடைமைகளையும் சூறையாடி ஸ்பானிய மற்றும் போர்த்துக்கீசிய காலனியாதிக்கம் வளர்ந்து வந்த அதே வேளையில் ஆங்கில அமெரிக்காவான வட அமெரிக்காவில் இங்கிலாந்து பிரான்ஸ் போன்ற நாடுகளில் இருந்து வந்து குடியேறியவர்கள் அங்கிருந்த பூர்வகுடியினரை அடித்து விரட்டி விட்டு

பஞ்சு புகையிலைத் தோட்டங்களை அமைத்தனர். அங்கிருந்த பூர்வ குடியினர் ஐரோப்பிய நாகரீகத்தால் புறக்கணிக்கப்பட்டு ஓடி வந்த குடியேற்றக்காரர்களிடம் ஏமாந்த போதிலும் அடிமைகளாக உழைக்கத் தயாராயில்லை.

அடிமைச் சேவகத் தேவையைப் பூர்த்தி செய்வதற்கு ஆப்பிரிக்காவின் பக்கம் குடியேற்றக்காரர்களின் கவனம் திரும்பியது. ஏற்கனவே தென் அமெரிக்காவின் ஸ்பானிய போர்த்துக்கீசிய காலனிகளில் ஆப்பிரிக்காவி லிருந்து இறக்குமதி செய்யப்பட்ட பத்து லட்சம் கறுப்பின மக்கள் அடிமை களாக உழைத்து வந்தனர்.

அடிமைகளைத் தேடி ஆப்பிரிக்கக் காடுகளுக்குள் புகுந்தனர். அவர் களைப் பிடித்து ஏற்றுமதி செய்யும் வியாபாரிகள் அமைதியான பழங்குடி சமுதாய அமைப்பில் வாழ்ந்து வந்த கறுப்பின மக்களைப் பிடித்து கடற்கரை யில் வைத்து ஏலம் நடத்தப்பட்டது.

காடுகளில் பிடிக்கப்பட்ட கறுப்பின மக்கள் கழுத்திலும் காலிலும் விலங் கிடப்பட்டு ஆயிரக்கணக்கான மைல்களுக்கு அப்பாலிருக்கும் கடற்கரை களுக்கு நடந்தே அழைத்துச் செல்லப்பட்டனர். இதில் பாதி பேர் வழியி லேயே இறந்தனர். உயிரோடிருந்தவர்கள் கூண்டுகளில் அடைக்கப்பட்டு விற்பனைக்கு வைக்கப்பட்டனர்.

கப்பல்களில் வந்திறங்கிய ஐரோப்பிய வியாபாரிகள், கடற்கரையில் நிர்வாணமாக சங்கிலியால் பிணைக்கப்பட்ட கறுப்பின ஆண்களையும், பெண்களையும் நுணுக்கமாகப் பார்த்து அடிமைச் சேவகத்துக்கு தேர்ந்தெடுப்பர்.

தேர்ந்தெடுக்கப்பட்டவர்களின் மார்பில் பிரஞ்சு ஆங்கிலேய அடிமை வியாபார கம்பெனிகளின் முத்திரை பழுக்கக் காய்ச்சிய இரும்பினால் முத்திரை குத்தப்படும்.

முத்திரை குத்தப்பட்ட அடிமைகள் அவர்களை அமெரிக்காவுக்கு எடுத்துச் செல்லும் கப்பல்கள் வரும் வரையில் மீண்டும் கூண்டுகளில் அடைக்கப்பட்டனர்.

பத்துப் பதினைந்து நாட்களுக்குப் பின் கப்பல்கள் வரும். கப்பலின் இருண்ட ஈரம் கசியும் அடிப்பகுதியில் சவப்பெட்டி அளவே உள்ள

இடங்களில் சங்கிலியால் பிணைக்கப்பட்ட அடிமைகள் அடைத்து வைக்கப் பட்டனர்.

அவர்களுக்கு உணவும் அங்குதான். கழிப்பிடமும் அதுதான். அடிமைகள் அடைக்கப்பட்ட அடுக்குகளின் உயரம் பதினெட்டே அங்குலம்தான். அவர்கள் புரண்டு படுக்க முடியாது. அவர்களின் கால்களும், கழுத்துகளும் அடுக்குகளுடன் சங்கிலியால் பிணைக்கப்பட்டிருக்கும்.

சில நேரங்களில் அடுக்குகளைத் திறந்தபோது பல அடிமைகள் சுவாசிக்க முடியாமல் இறந்து கிடந்தனர். சுவாசப் போராட்டத்தில் அடுத்துக் கிடப்பவர்களைக் கொன்றிருந்தனர்.

உள்ளே உயிருக்கு போராடுவதை விட கடலில் குதித்து உயிரை விடலாம் என்று எண்ணி தற்கொலை செய்து கொண்டவர்கள் ஏராளம்.

அட்லாண்டிக் பெருங்கடலைக் கடந்து அமெரிக்க கரையை அடைவ தற்குள் ஏராளமான கறுப்பின மக்கள் உயிரிழந்தனர்.

11

கொலம்பஸ்
அமெரிக்காவை கண்டுபிடித்த சர்ச்சை

புதிய உலகம் தேடிப் புறப்பட்ட மாலுமி அல்ல கொலம்பஸ். அமெரிக்காவை இவன் கணடுபிடித்தான் என்பது வரலாற்றுச் சாக்கு மூட்டையில் கட்டி ஒளித்து வைக்கப்பட்டுள்ள பொய்.

நிற வெறியும், ஆதிக்க வெறியும், பண வெறியும் கொண்ட ஒரு கடற் கொள்ளைக்காரனாகிய கொலம்பஸ் தேடித் தேடி அமெரிக்காவை கண்டு பிடிக்கவில்லை. கட்டவிழ்க்க முடியாத பேராசை வெறியை மனதில் அலைய விட்டு அமெரிக்காவை ஆக்கிரமித்த ஆக்டோபஸ்.

கொலம்பஸ் இந்தியாவுக்கு வழி தேடி கடல் மார்க்கமாய் புறப்பட்டவன். யுவான்சுவாங், வாஸ்கோடகாமா, ஆரியர்கள் ஆகிய பலரும் தனித்தனியே இந்தியாவுக்கான வழியைக் கண்டுபிடித்தார்கள்.

இந்தியாவுக்கு கடல்வழி தேடிப் புறப்பட்ட கொலம்பஸ் அமெரிக்க கண்டத்தையே இந்தியாவாக நினைத்துப் பெயரிட்டான்.

கொலம்பஸ் கரையொதுங்கிய இடத்துக்கு ‘மேற்கு இந்தியத் தீவுகள்’ என்று பெயரும் சூட்டப்பட்டது.

கொலம்பஸ் அமெரிக்காவைக் கண்டுபிடிக்கப்பட்டதாக கூறப்பட்ட

ஆண்டு 1492-ஆம் ஆண்டு. அமெரிக்கா கண்டம் இப்பூமியில் இருப்பதை கொலம்பஸ்தான் முதன்முதலில் கண்டுபிடித்தாரா என்ற கேள்விக்கும் வரலாறு மறுப்பு கூறுகிறது.

நார்வே கிரீன்லாந்து போன்ற இடங்களிலிருந்து 10-ஆம் நூற்றாண்டி லேயே சென்ற மாலுமிகள் வட அமெரிக்கா சென்று அங்கே குடியேறியுமிருக் கிறார்கள். 1440ல் ரைன்லாந்து பகுதியில் புழக்கத்திலிருந்து உலக வரைபடத் திலும் அமெரிக்கா இடம் பெற்றிருக்கிறது. இது பல ஐரோப்பியர்களுக்கு தெரிந்திருக்கிறது.

அமெரிக்கா யாருடைய நாடு? கொலம்பஸ் கரையிறங்கும்போது அங்கு வெறும் காடும் மலையும்தான் இருந்ததா? மனிதர்களே இல்லையா? இலட்சக் கணக்கான பழங்குடி மனிதர்கள் இருந்தார்கள்.

இந்தியர்களுக்கு வாஸ்கோடகாமாவின் வரவு ஆதிக்கத்தின் வரவு, அடக்குமுறையின் துவக்கம். அப்படிதான் அங்கிருந்த அமெரிக்க பழங்குடி யினரைப் பொறுத்தவரை கொலம்பஸின் வரவும் அவ்வாறே.

இன்னும் சற்று உரத்துக் கூற வேண்டுமென்றால் போர்த்துக்கீசியரை விடப் பன்மடங்கு கொடூரமான அடக்குமுறையை இனப் படுகொலையை முன்நின்று நடத்தியவன் கொலம்பஸ்.

நிற வெறியை பண்டங்கள் போல அடிமைகள் விற்கப்படுவதை இனப்படுகொலையை கொள்ளையை முன்நின்று நடத்திய மண் வெறியும் பொன் வெறியும் ஆதிக்க வெறியும் கொண்ட ஒரு மாலுமிதான் கொலம்பஸ்.

இந்தியா உலக நாடுகளைக் கவர்ந்த ஒரு பொன் விளையும் பூமி. பணத்தாசை கொண்ட காமுகர்களை மயக்கிய மோகினி பிரதேசம்.

பல்வேறு நாடுகளின் ஆக்கிரமிப்புகளுக்கும் வணிகத் தொடர்புக்கும் இதுவே அடிப்படை காரணம்.

ஐரோப்பியர்களுக்கும் இந்தியா மீதான மயக்கம் நிறையவே இருந்தது. கி.பி. 1453ல் துருக்கியர்கள் கான்ஸ்டாண்டி நோபிளைக் கைப்பற்றியதால் ஐரோப்பிய நாடுகளின் இந்திய வர்த்தகத்திற்கான தரை வழி துண்டிக்கப் பட்டது. வேறு வழியில்லை. இந்தியாவுக்கு கடல் வழியைக் கண்டுபிடிக்க வேண்டிய நிர்ப்பந்தம் தோன்றியது.

ஸ்பெயினிலிருந்து மேற்கு நோக்கி பயணம் செய்த கொலம்பஸ் 1492ல் அமெரிக்காவில் இறங்கினார்.

போர்த்துக்கல்லில் இருந்து கிளம்பிய வாஸ்கோடகாமா கிழக்கு முகமாக பயணம் செய்து நன்னம்பிக்கை முனையைச் சுற்றி கோழிக் கோட்டில் வந்து இறங்கினார்.

ஜெனோவா நாட்டில் நெசவாளி ஒருவரின் மகனாகப் பிறந்த இந்த கொலம்பஸ் தனது இருபது வயதிலிருந்து இரண்டாண்டுகள் கடற் கொள்ளைக்காரனாக இருந்தவன்தான்.

பின்னர் போர்த்துக்கீசிய கப்பல் படையில் சேர்ந்து ஜெனோவாவிற்கு எதிரான யுத்தத்திலும் ஈடுபட்டான்.

பல்வேறு வர்த்தகப் பயணங்களில் ஈடுபட்ட கொலம்பஸுக்கு மேற்கு முகமாகப் பயணம் செய்து இந்தியாவுக்கு கடல்வழி மார்க்கத்தை கண்டு பிடிக்க வேண்டும் என்ற பேராசை ஏற்பட்டது.

இந்தியா பொன் விளையும் பூமி என்று அறிந்திருந்ததால் எப்படியாவது கடல்வழி கண்டுபிடிக்கும் வெறி அவனுக்குள் ஊடுருவி விட்டது.

மேற்கு முகமாகச் சென்று இந்தியாவுக்கு குறுக்கு வழி கண்டுபிடிக்கும் தனது திட்டத்திற்கு போர்த்துகல் மன்னன் நிதியுதவி செய்ய வேண்டினான்.

அந்த மன்னன் அதற்கு மறுப்பு தெரிவிக்கவே ஸ்பெயின் மன்னன் பெர்டினான்டையும் இசபெல்லாவையும் அணுகினான்.

ஸ்பெயினிலிருந்து மேற்கே 3900 மைல் தூரத்தில் இந்தியா இருப்பதாக கொலம்பஸ் முன் வைத்த கண்டுபிடிப்பை ஸ்பெயின் மன்னன் அமைத்த நிபுணர் குழு 5 ஆண்டுகள் ஆய்வு செய்து இறுதியாக ஏற்றுக் கொண்டது.

கொலம்பஸ் கண்டுபிடிக்கவிருக்கும் இடங்கள் ஸ்பெயினுக்கு சொந்தம் என்றும் அதற்குப் பதிலாக கொலம்பஸுக்கு தர வேண்டிய சன்மானங்களும் பேரங்களும் பேசி முடிக்கப்பட்டன.

கடற் பயணத்துக்கான செலவுகளுக்கு ராணி இசபெல்லா தனது நகை களை அடகு வைத்து பணம் கொடுத்ததாக ஒரு கட்டுக்கதை இருந்த போதிலும் அதில் உண்மை இல்லை. யூதர்களிடமிருந்தும் முஸ்லீம்களிட மிருந்தும் பிடுங்கப்பட்ட சொத்துக்கள்தான் கொலம்பஸுக்கு கொடுக்கப் பட்டது.

ஆகஸ்டு 3, 1492 அன்று சந்தா, மரியா பின்டா நினா ஆகிய மூன்று சிறு கப்பல்களில் கொலம்பஸின் தலைமையில் 90 மாலுமிகள் புறப்பட்டனர்.

அவநம்பிக்கையும் சோர்வும் அளிக்கும் நீண்ட பயணத்திற்குப்பின் அக்டோபர் 12-ஆம் தேதி நள்ளிரவில் நிலம் தென்படுவதாக 'ரோட்ரிகோ டி டிரியானா' என்ற மாலுமி ஆனந்தக் கூச்சலிட்டான்.

முதலில் நிலத்தைப் பார்ப்பவர்களுக்குரிய வெகுமதியையும், பெருமையையும் பறித்துக் கொள்ள விரும்பிய கொலம்பஸ் தான் அவனுக்கு முன்பே பார்த்து விட்டதாகக் கூறி அவனை அடக்கி விட்டான். இது கொலம்பஸின் நேர்மைக்கான சிறிய உதாரணமாகும்.

கொலம்பஸ் சென்று இறங்கிய இடம் பஹமா தீவுக் கூட்டத்தைச் சேர்ந்த குவானா ஹனி என்ற தீர்வு. தீவில் இறங்கிய கொலம்பஸ் அங்கு ஸ்பானிய கொடியை நட்டு ஸ்பெயின் மன்னனின் கட்டுப்பாட்டில் அத்தீவைக் கொண்டு வருவதாக அறிவித்து, அத்தீவுக்கு 'சான சால்வடார்' என்ற பெயரும் சூட்டினான்.

டெய்னோ பழங்குடி இனத்தைச் சேர்ந்த அத்தீவின் விவசாயிகளின் மூக்கிலும், காதிலும் தங்கத்தைப் பார்த்தவுடனே அவர்களை இந்தியர்கள் என்று நம்பினான்.

கடவுள் தங்கத்தின் பிறப்பிடத்தை எனக்கு காட்டுவார் என்று பிதற்றிய வாறு 15 நாட்கள் அந்தத் தீவுக் கூட்டத்தில் அங்குமிங்கும் தேடி அலைந்தான்.

தான் ஆசியா கண்டத்தின் கிழக்கு பகுதிக்கு வந்து விட்டதாக நம்பிய கொலம்பஸ் அடுத்து ஜப்பானைத் தேட தொடங்கினான். அந்தப் பழங்குடி இன மக்கள் அவனை கியூபாவுக்கு அழைத்துச் சென்றனர்.

20-ஆம் நூற்றாண்டில் வெள்ளையர்களுக்கு தங்கத்தை வாரிக் கொடுக்க இருக்கும் புகையிலையை அறிமுகப்படுத்தினர் அவர்கள்.

மோசடி பண்டமாற்றுக்குத் தங்கள் நகைகளையும் வாரிக் கொடுத்தனர். தங்கத்தை கொடுப்பதன் மூலம் தங்கள் எதிர்காலத்திற்கு தாங்களே சவக்குழி தோண்டிக் கொள்கிறோம் என்பதை அவர்கள் அறிந்திருக்க நியாயமில்லை.

பழங்குடியினரின் அன்புக்கு கைமாறாக அவர்களில் 7 பேரை முதலில் சிறைப்பிடித்து கப்பலில் ஏற்றினான் கொலம்பஸ்.

மனிதர்களைத் தின்னும் காட்டுமிராண்டிக் கூட்டம்தான் இது என்று ஆத்திரமுற்ற பழங்குடியினர் எதிர்க்கத் தொடங்கினர்.

உடனே அங்கிருந்து புறப்பட்ட கொலம்பஸ் இன்று ஹெய்தி, டொமினிகன் குடியரசுகள் என்றழைக்கப்படும் தீவுக் கூட்டங்களை அடைந்தான்.

அதன் புவியியல் அமைப்பும் வாழ்ந்த மக்களின் தோற்றமும் ஸ்பானியர் களை ஒத்திருக்கவே அதற்கு 'இஸ்பானோலா' என்று பெயரிட்டான். தன்னுடன் வந்த மாலுமிகளில் 38 பேரை அங்கு குடியமர்த்தி அவர்களுக்கு ஒரு ஆண்டுக்குத் தேவையான உணவும் ஆயுதங்களையும் அளித்தான்.

தான் கண்டுபிடித்த இந்தியாவை வேறு யாரும் கண்டுபிடித்துவிடக் கூடாது என்பதற்காகத் தூரம் பயண நேரம், பாதை ஆகியவற்றை மிகவும் ரகசியமாக வைத்துக் கொண்டான் கொலம்பஸ்.

இந்தக் கோலாகலத்திற்கிடையே தாங்கள் கண்டுபிடித்த இந்தியாவை எங்கே போர்த்துக்கீசியர்கள் ஆக்கிரமித்துக் கொள்வார்களோ என்று அஞ்சி அதைத் தடுக்கும் பொருட்டு போப்பை அணுகினான் ஸ்பெயின் மன்னன்.

ஐரோப்பிய மன்னர்களுக்கிடையே தோன்றும் முரண்பாடுகளைத் தீர்த்து வைக்கும் அதிகாரம் அன்று வாடிகனுக்கு இருந்தது.

கொலம்பஸ் கண்டுபிடித்த இந்தியாவையும் இனி கண்டுபிடிக்கிற இந்தியாவில் பாதியையும் ஸ்பெயினுக்கு பட்டா போட்டுக் கொடுத்தார் அன்றைய போப் நான்காவது அலெக்சாண்டர்.

போர்த்துக்கீசியர் குறித்த அச்சம், பொன்னையும் அடிமைகளையும் கண்டதில் தோன்றிய வெறி ஆகியவை காரணமாக கொலம்பஸின் இரண்டாவது பயணத்துக்கு அவசர அவசரமாக ஏற்பாடு செய்தான் ஸ்பெயின் மன்னன்.

முதல் பயணத்தின்போது சிலுவையைச் சுமந்து கிறிஸ்துவத்தைப் பரப்பச் செல்வதாக வேடமிட்ட கொலம்பஸ் இப்போது அப்பட்டமான ஆக்கிர மிப்பாளனாக புறப்பட்டான்.

சிப்பாய்கள், பெண்கள், பாதிரிகள், மருத்துவர்கள், விவசாயிகள் ஆகியோரடங்கிய 1500 பேர் கொண்ட பெரும்படை 17 கப்பல்களில் செப்டம்பர் 1493ல் புறப்பட்டது.

இஸ்பானோலாவுக்கு கொலம்பஸின் பட்டாளம் போய்ச் சேர்ந்தபோது அங்கே அவன் விட்டு வந்திருந்த 38 பேரும் உள்ளூர் மக்களால் கொல்லப் பட்டதை அறிந்தான். உடனே அவர்கள் ஒருவேளை தங்கத்தை எங்காவது ஒளித்து வைத்திருக்கக் கூடும் என்று தேடத் தொடங்கினான்.

பயனின்றிப் போகவே அந்தத் தீவுக் கூட்டங்களிலேயே வேறொரு தீவைத் தேர்வு செய்து அதற்கு இசபெல்லா என்று பெயர் சூட்டி அனைவரையும் அங்கே குடியேற்றினான்.

காலனியவாதிகளை எதிர்த்துப் போராடத் தொடங்கிய உள்ளூர் மக்களைக் கூட்டம் கூட்டமாக பிடித்து அடிமைகளாக அனுப்பினான். உள்ளூர் மக்கள் ஒவ்வொருவரும் ஆண்டுக்கு இவ்வளவு தங்களின் வரியாக செலுத்த வேண்டுமென உத்தரவிட்டார்.

வரி செலுத்த இயலாதவர்களை பட்டினி போட்டான். ஆயிரக்கணக்கில் பச்சைப் படுகொலை செய்யப்பட்டனர். பெண்கள் கற்பழிக்கப்பட்டனர். மற்ற தீவுகளை ஆக்கிரமிக்க ஸ்பெயின் சிறைகளிலிருந்த கிரிமினல்கள் அனுப்பி வைக்கப்பட்டனர்.

தனது கொடூரமான வழிமுறைகளை எதிர்த்த ஸ்பானியர்களையும் நூற்றுக்கணக்கில் தூக்கிலிட்டு கொலம்பஸ் கொன்று குவிக்க தயங்கவில்லை.

தனது சகோதரன் தாமஸை அரசாங்க நிர்வாகியாக நியமனம் செய்து விட்டு இந்தியாவின் நிலப்பகுதியையும் சீனாவையும் கண்டுபிடிக்க புறப்பட்டான் கொலம்பஸ்.

சுமார் 240 கிலோ மீட்டர்கள் மேற்கு நோக்கி சென்று விட்டு வந்த வழியிலேயே திரும்பி கியூபாவை வந்தடைந்தான். இதுதான் இந்திய நிலப்பகுதி என்று அவன் நம்பியதுடன் மற்ற மாலுமிகளும் அவ்வாறே கூற வேண்டும் என்றும் சத்தியம் செய்யச் சொன்னான்.

இது இந்தியா இல்லை என்று சந்தேகம் தெரிவித்தாலோ, கியூபாவை ஒரு தீவு என்று கூறினாலோ அவர்களது நாக்கை அறுத்து விடுவேன் என அறிவித்தான்.

மீண்டும் இசபெல்லாவுக்குத் திரும்பியபோது உள்ளூர் மக்களின் பெரும் எழுச்சியை ஒடுக்க வேண்டியிருந்தது. ஆயிரக்கணக்கானோரைக் கொன்று, 500 பேரை அடிமைகளாக ஸ்பெயினுக்கு அனுப்பினான்.

சொந்த நாட்டினரையே மிகக் குரூரமாக நடத்தியதால் தோன்றிய அதிருப்தி மன்னன் காதுக்கு எட்டவே, மன்னனை சமாதானம் செய்ய ஸ்பெயினுக்குத் திரும்பினான் கொலம்பஸ்.

அதன்பின் கொலம்பஸ் மே 1498ல் கிளம்பி தென்மேற்காகப் பயணம் செய்து தென் அமெரிக்கக் கண்டத்தின் வடபகுதியிலுள்ள டிரினிடாடுக்கு வந்து சேர்ந்தான்.

பரியா தீபகற்பகத்தில் வாழும் பழங்குடி மக்களின் கழுத்தில் முத்து மாலைகளைக் கண்ட மாலுமிகள் இதுதான் இந்தியா என்று ஆர்ப்பரித்தனர்.

ஒரனோகோ நதியின் முகத்துவாரத்தில் கடலில் வந்து கலக்கும் நல்ல நீரைப் பார்த்தவுடன் இந்தியாவை மறந்து விட்டு சொர்க்கம் பற்றிய நம்பிக்கையில் மூழ்கிப் போனான்.

கூம்பு வடிவிலான உலகத்தின் உச்சியில் சொர்க்கம் இருப்பதாகவும் அங்கிருந்து பாயும் நான்கு நதிகளில் ஒன்றின் முகத்துவாரத்தில்தான் அது இருப்பதாகவும் நம்பினான்.

சொர்க்கம் ஒருபுறமிருக்க கியூபா தான் இந்தியா என்ற நம்பிக்கையை கொலம்பஸ் கை விடவில்லை.

இந்தியா, மலேயா, சீனாவைக் கண்டுபிடிப்பதுடன் ஜெருசலேமையும் விடுதலை செய்யத் திட்டம் தயாரித்து 1502ல் கொலம்பஸ் தனது நான்காவது பயணத்தைத் தொடங்கினான்.

இந்த முறை அவன் போய்ச் சேர்ந்த இடம் ஹொண்டுராஸ், அங்கிருந்த மக்களின் உயர்ந்த பண்பாடும் அவர்களிடமிருந்த தங்கமும் கொலம்பஸை கொலை கொள்ளைக்குத் தூண்டியது ஹொண்டுராஸ் சூறையாடப்பட்டது. இங்கிருந்து பத்தே நாட்களில் கங்கையை அடைந்து விடுவேன் என்று ஸ்பெயின் மன்னனுக்கு கடிதம் எழுதிய கொலம்பஸ் 1504ல் ஸ்பெயின் திரும்பினான். அவனது இந்திய கண்டுபிடிப்புக் கனவு சிதைந்து 1506ல் மரண மடைந்தான்.

12

தங்க வேட்டையும் மனித வேட்டையும்

கொலம்பஸின் அசைக்க முடியாத நம்பிக்கை எது தெரியுமா? தங்கம்தான். சொர்க்கத்திற்கான ஒரு நுழைவுச் சீட்டு தங்கம்தான். அதை வைத்திபருப்பவர் தங்களின் பாவங்களைக் கூட கழுவி விட்டு நரகத்திலிருந்து விடுபட்டு சொர்க்கம் சேரலாம் என்பது தான் கொலம்பஸின் நம்பிக்கை.

அதனாலேயே தங்கத்தை அடைய எந்த பாவத்தையும் செய்யத் தயாராகி செவ்விந்திய மனித வேட்டையில் சுழன்று திரிந்தான்.

செவ்விந்தியர்கள், கட்டுடல் கொண்ட சிறந்த தோற்றம் கொண்டவர்கள். அவர்களிடமிருந்தவற்றை தானாக முன் வந்து, எங்களிடம் பகிர்ந்து கொண்டார்கள். அவர்களுக்கு ஆயுதத்தை பற்றி எதுவும் தெரியவில்லை. தெரிந்ததெல்லாம் வெறும் அம்பு மட்டும்தான். அதிலும் இரும்பு இல்லை. மூங்கில் போன்ற மரத்தால் ஆனது.

எங்களது இரும்பு வாளைக் கூட பிடிக்கத் தெரியாமல் கூர்மையான பகுதியை தொட்டுத் தூக்கி கைகளில் காயப்படுத்திக் கொண்டார்கள். அவர்கள் மிகச் சிறந்த வேலைக்காரர்களுக்கான தகுதிகளைப் பெற்றிருந்

தார்கள். அதனால்தான் 50 பேர் கொண்ட எங்கள் குழுவினரால் அவர்களை ஒட்டுமொத்தமாக ஆட்டிப் படைக்க முடிந்தது.

இப்படி ஆரம்பத்தில் குறிப்பிட்ட கொலம்பஸ் இரண்டாம் பயணத் திற்குப்பின் ஐரோப்பியர்களின் படை பலத்தை அதிகரித்துக் கொண்ட பின்பு 'செவ்விந்தியர்கள் மனித மாமிசம் சாப்பிடும் காட்டுமிராண்டிகள் தங்களிடம் மாட்டியவரின் ரத்தத்தை குடிக்கும் நாய்களைப் போன்ற மூக்கை உடையவர்கள்' என்று குறிப்பிடுகிறான்.

செவ்விந்தியர்களை வைத்து அடிமை வியாபாரம் செய்து கொண்டிருந்த கொலம்பஸின் படையிலிருந்த ஒருவன் பின்னாளில் பாதிரியாராக மாறிய பின், கொலம்பஸின் கொலைவெறி பற்றி தமது குறிப்புகளில் ஏராளம் பதிவிட்டிருக்கிறான்.

முதல் பயணத்தில் தான் அழைத்து வந்த 39 பேர்களை ஒரு தீவில் விட்டுவிட்டு ஓரளவுக்கு கிடைத்த தங்கத்தையும் 500 செவ்விந்தியர்களையும் பிடித்துக் கொண்டு கொலம்பஸ் புறப்பட்டான். 'புதிய உலகத்தில் இது போன்ற நம் சொல்படி கேட்கின்ற அடிமைகள் ஆயிரக்கணக்கில் கிடைப் பார்கள்' என்று ஸ்பெயின் மன்னருக்கும் ராணிக்கும் காட்டி தன் அடுத்த பயணத்தை உறுதி செய்து கொண்டான்.

இரண்டாம் பயணத்தில் 1200க்கும் மேற்பட்ட படை வீரர்களையும், ஆயுதங்களையும், குதிரைகளையும் கொண்டு வந்து இறக்கினான். அந்தத் தீவில் விட்டுச் சென்ற 39 பேர்களும் இறந்து போன செய்தி கேட்டு, செவ் விந்தியர்களின் மீது கொலை வெறித் தாக்குதலை தொடங்கியது கொலம்பஸ் படை.

ஒவ்வொரு கிராமமாக சென்று கூடாரங்களில் கூட்டம் கூட்டமாக வாழ்ந்தவர்களை கொத்துக் கொத்தாக வெட்டிக் கொன்றார்கள். குழந்தை கள், பெண்கள், கர்ப்பிணிகள், முதியவர்கள் என எந்தப் பாகுபாடுமின்றி கொன்று குவித்தார்கள்.

ஆயுதம் ஏதுமின்றி செவ்விந்தியர்களால் எந்தவித எதிர்ப்பும் காட்ட முடியவில்லை.

அதையும் மீறி எதிர்த்தவர்களை கும்பலாக பொதுவிடத்தில் கட்டி வைத்து எரித்துக் கொன்றார்கள். கொதிக்கும் மிகப் பெரிய பாத்திரங்களில்

குழந்தைகளை தூக்கி போட்டு வருங்கால சந்ததியினரை அழித்தார்கள்.

பால் குடிக்கும் பச்சிளம் குழந்தைகளின் கால்களை பிடித்து தாயின் மார்பிலிருந்து பிரித்து தலையை பாறைகளில் மோதி எறிந்தார்கள்.

தங்கள் வாள்களின் கூர்மையை சோதிக்க வேண்டி பலரை துடிதுடிக்க வெட்டி வீழ்த்தியிருக்கிறார்கள். ஒரே வெட்டில் செவ்விந்தியரின் உடலை இரண்டாக்க வேண்டும் என தங்களுக்குள் போட்டி வைத்துக் கொண்டு அதை நடத்தியும் காட்டினார்கள்.

இதுமட்டுமல்லாமல் செவ்விந்திய இனப் பெண்களின் மீது கட்டவிழ்த்து விடப்பட்ட பாலியல் கொடுமைகள் கட்டுக்கடங்காதவை. ஒரு கிராமத்திற்குச் சென்று மொத்த கூட்டத்தையும் அழிக்கும் முன் அந்த கூட்டத்தில் உள்ள அழகிய பெண்களை தனியாகப் பிரித்து வீரர்கள் தங்களின் அறைகளில் அடைத்து வைத்து பாலியல் அடிமைகளாக பயன்படுத்திக் கொண்டார்கள். ஒன்பது வயது மதிக்கத் தக்க சிறு பெண் குழந்தைகளை அடிமையாக்கிக் கொள்ள வீரர்களுக்குள் போட்டா போட்டி அதிகப்படியாக இருந்தது.

அடங்க மறுத்தவர்கள் தேவை தீர்ந்த பின் வேட்டை நாய்களுக்கு உணவாக அளிக்கப்பட்டார்கள்.

மேலும் அந்தப் பாதிரியார் எழுதியுள்ள குறிப்பில், 'வீரர்களால் பிடிபட்ட ஒரு பெண்ணை கொலம்பஸின் பரிசாக, படகில் உள்ள என் அறையில் எனக்காக நிர்வாணமாக அனுப்பி வைத்தார்கள். அவளிடம் என் விருப்பத்தை வெளிப்படுத்த அவள் அதற்கு சம்மதிக்காமல் தன் நகங்களைக் கொண்டு போராடி எதிர்ப்பு தெரிவித்தாள்.

கோபம் கொண்ட நான் சாட்டை எடுத்து விலாசிய விலாசில், நான் இது வரை கேட்டிராத மரண ஓலத்தை எழுப்பி அடங்கிப் போனாள். அதன்பின்பு அவள் என்னிடம் ஒரு தேர்ந்த விபச்சாரி போல் சிறப்பாக நடந்து கொண்டாள்' என்று குறிப்பிட்டுள்ளார்.

இந்தக் கொடுமைகளிலிருந்து தப்பிக்க தாய்மார்கள் தங்களின் குழந்தைகளுக்கு விஷம் கொடுத்து கொன்றுவிட்டு தங்களையும் மாய்த்துக் கொண்டார்கள். இக்கொடுமைக்கு அஞ்சி இதுபோன்று தற்கொலை முடிவுகளால் பல கிராமங்கள் காலியானது.

அத்தீவில் 1492ல் 2,50,000 ஆக இருந்த செவ்விந்தியரின் மக்கள் தொகை முதல் இரண்டு ஆண்டுகளில் பாதியாகவும், 1515ல் 50,000 ஆக மாறியது. 1550ல் வெறும் 500 ஆக இருந்தது.

இப்படிப் பலவாறாக கொன்று குவித்து செவ்விந்திய இனத்தை அழித்து விட்டு அம்மைநோய் தாக்கி இறந்து விட்டதாக அமெரிக்கப் பாடப் புத்தகங்கள் பொய்யாக வரலாற்றை புரட்டிப் போட்டுக் கொண்டிருக்கிறது.

13

கடற்பயணங்களுக்கான ஆதரவு

புதிய கடல்வழிகளைக் கண்டுபிடிக்க வேண்டிய கட்டாயம். புதிய நாடுகளுடன் கடல்வழி வர்த்தகத்தை விரிவுபடுத்த வேண்டிய கட்டாயம்.

இந்நிலையில் தான் போர்த்துக்கல்லைச் சேர்ந்த இளவரசன் ஹென்றி, ஸ்பெயினைச் சேர்ந்த பேர்டினன், இசபெல்லா அரசி போன்றோர் இத்தகைய கடற்பயணங்களை மேற்கொள்வோருக்கு ஆதரவளிக்க முன் வந்தனர்.

இதன் காரணமாகவே இளவரசன் ஹென்றி ‘கடலோடி ஹென்றி’ எனப்பட்டான். கடற்பயணச் செயற்பாடுகளைப் பயிற்றுவிக்கும் நிலைய மொன்றை நிறுவினான்.

கி.பி.1419ல் நிறுவப்பட்ட இந்நிலையத்தில் படவரைஞர்கள், வானியலாளர்கள் போன்ற பலரும் பணியிலமர்த்தப்பட்டனர்.

இதன் பிறகே 1492ல் கொலம்பஸ், ஸ்பானிய அரசருடன் ஆதரவுடன் தனது கடற்பயணத்தை துவக்கினார். அவர் முதலில் கால் பதித்த இடம் அமெரிக்கா அல்ல. அவர் இஸ்பானியோலா தீவுகளில் தான் காலடி

வைத்தார். இது தற்போது ஹெயிட்டியும், டொமினிகன் குடியரசும் காணப்படும் தீவாகும்.

1492-ஆம் ஆண்டு ஆகஸ்டு 3 அன்று மாலை கொலம்பஸ் நினா, பிண்டா மற்றும் சாண்டா மரியா எனும் மூன்று கப்பல்களில் காஸ்டிலியன் பாலோஸ்டிலா ஃப்ரொன் டெரா துறைமுகத்திலிருந்து கிளம்பினார்.

அட்லாண்டிக் பெருங்கடலில் ஆப்பிரிக்கா கடற்கரையின் அருகில் உள்ள கேனரி தீவுகளுக்கு கப்பலை சரி செய்ய சென்றார்.

பின் செப்டம்பர் 6, 1492ல் மேற்கு நோக்கி அவரது பிரயாணம் தொடங்கியது. அங்கிருந்து கிளம்பி 29 நாட்களுக்குப் பிறகு அக்டோபர் 7, 1492ல் குழு மாலுமிகளின் கண்ணில் நிலப்பறவைகள் பட்டது. கொலம்பஸ் தங்களது பயண வழியை மாற்றி அப்பறவைகளைப் பின்பற்றத் துவங்கினார்.

கொலம்பஸின் கப்பலின் உள்ள ரோடி கோடி ட்ரையனா என்ற மாலுமி மூலம் அக்டோபர் 12-ஆம் தேதி காலை 2 மணிக்கு முதலில் நிலத்தைப் பார்த்தார். இதனால் மாரவெடிஸ் 10,000 பரிசு பெற்றார்.

கொலம்பஸ் இன்றைய பஹாமஸ் அல்லது டர்க்ஸ் மற்றும் கெய்கோஸ் தீவின் சான்சால்வடார் தீவில் இறங்கினார்.

அவரது இரண்டாவது பயணத்தின்போது அவர் கரீபிய தீவுகளுக்கு பயணித்தார். நவம்பர் 3, 1493ல் கொலம்பஸ், டொமினிகா என்ற முரட்டுத் தனமான மக்கள் வசிக்கும் தீவைக் கண்டறிந்தார். அதே நாளில் அங்கு தரையிறங்கிய அவர் அதற்கு சாண்டா மரியாலா க்லாண்டே எனப் பெயரிட்டார்.

மூன்றாவது பிரயாணத்தின் நோக்கம் போர்த்துக்கல் மன்னன் இரண்டாம் ஜான் என்பவர், கேப்வேர்டே தீவுகளின் தென்மேற்கே ஒரு கண்டம் இருப்பதை சரிபார்க்க விரும்பியதே காரணமாக இருந்தது.

மே 30, 1498ல் கொலம்பஸ் ஆறு கப்பல்களைக் கொண்ட ஒரு கப்பற் படையுடன் துறைமுகத்தை விட்டுக் கிளம்பினார்.

அவற்றில் மூன்று நேரடியாக மேற்கு இந்தியத் தீவுகளுக்கும் மற்ற மூன்றுடன் அவரது மனைவியின் சொந்த நாடான போர்த்துக்கீசியத்தின் போர்டோ சாண்டோ தீவுக்கு சென்றார். அங்கு அவர் சில காலம் கழித்தார்.

பின்னர் கப்பல் ஏறி கேனரி தீவுகள், மதேயரா தீவு மற்றும் கேப்வேர்டே தீவுகளை நோக்கி பயணித்தார். கொலம்பஸ் ஜூலை 31, 1498ல் டிரினிடாட் தீவின் தெற்கு கடற்கரையில் தரையிறங்கினார்.

கொலம்பஸ் இந்தியப் பெருங்கடலுக்கு மேற்கு நோக்கிய ஒரு பாதையைத் தேடி நான்காவது பிரயாணம் மேற்கொண்டார். தனது மாற்றாந்தாய் மகன்களான பார்டோலோமியா, டைகோ மெண்டஸ் மற்றும் அவரது 13 வயதான மகன் பெர்னாண்டோவுடன் சேர்ந்து மே 12, 1502ல் ஸ்பெயின் கடிம்ஜ் ஐ விட்டு கிளம்பினார்.

அவர் மூர்களின் முற்றுமையிலிருந்த போர்த்துக்கீசிய வீரர்களை மீட்க மொரக்கோ கடற்கரையை நோக்கி கப்பலேறிச் சென்றார். ஜூன் 15-ஆம் தேதி அவர்கள் மார்டீனிகா தீவில் தரையிறங்கினார்.

அப்போது அங்கு ஒரு சூறாவளி உருவாகி இருந்தது. அதனால் அவர் தங்குமிடத்தை கண்டுபிடிக்கும் நம்பிக்கையுடன் ஹிஸ்பானியோலாவுக்கு சென்றார்கள்.

தொடர்ந்து அவர் ஜூன் 29 அன்று டோமிங்கோ வந்தனர். ஆனால் துறைமுகத்தில் அனுமதி மறுக்கப்பட்டது.

புதிய கவர்னர் கொலம்பஸின் புயல் கணிப்பை கேட்க மறுத்து விட்டார். கொலம்பஸின் கப்பல்கள் ஜைன ஆற்றின் வாயை அடைந்தபோது சூறாவளி தாக்கி ஸ்பானிஷ் கப்பற்படை சிதைந்தது.

ஸ்பெயினை கொலம்பஸின் பணம் மற்றும் உடைமைகள் இருந்த கப்பல் மட்டுமே அடைந்தது. அவரது முன்னாள் எதிரிகள் அனைவரது கப்பல்களும் கடலில் மூழ்கி விட்டன.

கொலம்பஸின் கடற்பயணங்களே, அமெரிக்காவுடனான ஐரோப்பாவின் முதல் நிரந்தர தொடர்பை ஏற்படுத்தியது என்பதை மறுக்க முடியாது.

இவற்றையடுத்தே பல நூற்றாண்டுகளுக்கு ஐரோப்பியர்களின் நாடு காணுதல், கைப்பற்றுதல் குடியேற்றவாதம் தொடர்ந்தன.

எனவேதான் இவரது கண்டறிதல் தற்கால மேற்கத்திய உலகின் வரலாற்றில் பெரும் தாக்கத்தை ஏற்படுத்திய நிகழ்வாக அமைந்தது.

இதுவரை ஐரோப்பியர்கள் கண்டறியாத புதிய கண்டத்தை வந்தடைந்தோம் என்பதை ஏற்றுக் கொள்ளாத கொலம்பஸ் இங்கு வாழ்ந்திருந்த மக்களை இன்டியோசு (ஸ்பானிய மொழியில் இந்தியர்) என்றே அழைத்தார்.

அமெரிக்காவில் குடியேற்றப் பகுதிகளுக்கு நிர்வாக அதிகாரிகளை நியமித்தது தொடர்பாக ஸ்பெயின் நாட்டரசருடன் ஏற்பட்ட பிணக்கு காரணமாக 1500ல் லா எசுப்பானியோலாவின் ஆளுநர் பதவியிலிருந்து நீக்கப்பட்டு கைது செய்யப்பட்டார்.

பின்னால் நீண்ட வழக்காடலுக்குப் பின்னர்தான் கொலம்பஸூம் அவரது வாரிசுகளும் கோரிய உரிமைகள் அவருக்கு வழங்கப்பட்டன.

கொலம்பஸ் ஆசியாவுக்கு குறிப்பாக இந்தியாவுக்கு புதிய வழியை கண்டு பிடிக்க முயன்று கடைசியில் அவர் அடைந்தது இந்தியா என்றே நம்பினார்.

கொலம்பஸ் கரீபியன் தீவுகளையும் அருகிலிருந்த நிலப்பரப்புகளையும் கண்டுபிடித்தார். அவருடைய கடுமையான ஈடுபாட்டின் காரணமாக கரீபியன் தீவுகளைப் பற்றி தெரிந்து கொள்ள வழி வகுத்தது. அத்தோடு இன்றைக்கு பல்வேறு கண்டங்களின் உறவிற்கும் அவருடைய கண்டு பிடிப்பே காரணமாகும்.

14

கொலம்பஸின் ஆரம்ப நாட்கள்

கொலம்பஸ் இத்தாலியின் துறைமுக நகரான ஜெனோவாவில் *1451*ல் பிறந்தார். அவருடைய தந்தை டொமினிகோ கொலம்போ, ஒரு கம்பளித் துணி வியாபாரி. தாய் சுசான்னா போண்டனா ரோசா. கொலம்பஸுக்கு மூன்று சகோதரர்கள். ஒரு சகோதரி.

*1471*ல் கொலம்பஸ் எசுபெனோலா ஃபினான்சியர்ஸ் நடத்திய ஒரு கப்பலில் சேர்ந்தார். அவர் கியோஸ் கியோசு பகுதியை சுற்றி வந்த அந்தக் கப்பலில் ஒரு வருடம் பணி புரிந்தார். சில நாட்கள் நாடு திரும்பியபின் மறுபடியும் கியோஸுப் பகுதியில் மற்றொரு ஆண்டு பணியைத் தொடர்ந்தார்.

*1476*ல் கொலம்பஸ் ஒரு வணிகப் பயணத்தை அட்லாண்டிக் கடலின் மீது மேற்கொண்டார். இந்தக் கப்பல் கேப் ஆஃப் செயின்ட் வின்சென்ட்டின் பிரஞ்சு பிரைவெட்டியர்ஸ்ல் தாக்கப்பட்டது. கொலம்பஸ் கப்பல் எரிந்து போய் அவர் ஆறு மைல்களை நீந்திக் கரை சேர்ந்தார்.

அதன்பின் *1477*ல் கொலம்பஸ் லிஸ்பன் நகரில் வாழ்ந்து வந்தார். போர்த்துக்கல் கடல் பயணம் தொடர்பான நடவடிக்கைகளுக்கு ஒரு மைய மாக இங்கிலாந்து, அயர்லாந்து, ஐஸ்லாந்து, மடாரா, ஆப்பிரிக்கா போன்ற

இடங்களுக்கும் செல்லும் அமைப்பாக இருந்தது. கொலம்பஸின் உடன்பிறந்த சகோதரர் பார்த்தலோமியா, லிஸ்பனில் ஒரு வரைபடங்களை உருவாக்கும் பணியில் ஈடுபட்டு வந்தார்.

அச்சமயம் இவ்விரு உடன்பிறந்தவர்களும் வரைபடங்கள் வரைபவர்களாகவும் புத்தகங்களை சேமிப்பவர்களாகவும் விளங்கினர்.

கொலம்பஸ் வணிக கடற்பயணியாக போர்த்துக்கீசிய கப்பல்களில் மாறினார். 1477ல் ஐஸ்லாந்துக்கும் 1478ல் மடியெராவுக்கும் சர்க்கரை வாங்கவும், மேற்கு ஆப்பிரிக்க கடலோரங்களுக்கு 1482லும் 1485லும் போர்த்துக்கீசிய வணிக எல்லையான ஸாவோ ஜார்ஜ்டா மைனா என்ற கினியாக்கரைக்கும் சென்றார்.

கொலம்பஸ் பிலிப்பா பெரெசிட் டெல்லோ எமோனிசு என்ற போர்த்துக்கீசியப் பெண்ணைத் திருமணம் செய்து கொண்டார்.

அவர்களுக்கு தியெகோ என்ற ஒரு மகன் பிறந்தான். கொலம்பஸ் மனைவி பிலிப்பா 1485ல் காலமானார். கொலம்பஸ் பின்னர் பீட்ரிஸ் என்ரிகுவெசு என்ற பெண்ணைத் திருமணம் செய்து கொண்டார். அவர்களுக்கு பெர்டினாண்டு என்ற மகன் பிறந்தான்.

கொலம்பஸ் பிழையற்ற ஸ்பானிய மொழியில் எழுத வல்லவர் மட்டுமின்றி அவர் இத்தாலியர்களுக்கு எழுதிய கடிதங்கள் கூட ஸ்பானிய மொழியிலேயே இருந்தன என்பதும் குறிப்பிடத்தக்கது.

கொலம்பஸின் தாய்நாடு பற்றிய உறுதியான விவரம் வரலாற்றில் சரியாக அறியப்படவில்லை.

15

இந்தியாவை அடைய எவ்வளவு தூரம்?

இந்தியா செல்வதற்கான கடற்பயணம் குறித்து 1480ல் திட்டமிட்டார் கொலம்பஸ். அதாவது அட்லாண்டிக் கடல் ஊடாக இந்தியாவுக்கு செல்வதற்கு ஒரு திட்டத்தை வகுத்தார்.

இது தெற்கு மற்றும் கிழக்கு வழியாக அதாவது ஆப்பிரிக்கா வழியாக செல்வதை விட விரைவான வழி என்று அவர் நம்பினார்.

இத்திட்டத்திற்கு அவர் உதவி பெறுவது என்பது, மிகவும் கடினமான காரியமாக இருந்தது. ஏனென்றால் அப்போதைய ஐரோப்பியர், புவி தட்டையானது என்று நம்பினர்.

ஆனால் அக்காலத்திய கடற்பயணிகளும், வழிகாட்டிகளும் பூமியானது உருண்டையானது என்று அறிந்திருந்தனர். இதில் ஒரு சிக்கல் என்னவென்றால் கொலம்பஸால் இந்தியாவிற்கு எவ்வளவு தூரம் என்பதை அறுதியிட்டு கூற முடியாத நிலைதான்.

ஐரோப்பியர்கள் பலரும் தாலமியின் கருத்தையே நம்பி வந்தனர். ஆப்பிரிக்காவும் உரேசியாவும் சேர்ந்த பெருநிலப்பரப்பானது 180 பாகை புவியின் அளவையும், மீதம் 180 பாகை நீர் அளவையும் கொண்டதாக நம்பினர்.

கொலம்பஸ் டிஇல்லியின் அளவீடுகளை அதாவது 225 பாகை நிலம், 135 பாகை நீர் என்பதை ஏற்றுக் கொண்டார். அதிலும் குறிப்பாக கொலம்பஸ் 1 பாகை என்பது எல்லோராலும் ஒத்துக் கொள்ளப்பட்ட அளவை விட சற்றுக் குறைவாகவே அவர் எடுத்துக் கொண்டார்.

கடைசியாக கொலம்பஸின் வரைபடம் ரோமன் மைல் அளவில் அதாவது 5000 அடிகளைக் கொண்டதாக கடல் மைல் 6082, 66 அடி புவி நடுகோட்டுப் பகுதியின் அளவை விட இருந்தது.

கொலம்பஸ் கேனரித்தீவுகளிலிருந்து ஜப்பான் 2700 மைல்கள் இருப்பதாகத் தீர்மானித்தார். பெரும்பாலான ஐரோப்பிய கடற்பயணிகளும் வழிகாட்டிகளும் இந்தியா என்பது தொலைதூரத்தில் இருப்பதாகத் தயங்கி வந்தனர்.

16

இசபெல்லா அரசி

ஸ்பெயினின் ஒரு பகுதியாக இடைக்காலத்தில் இருந்த காஸ்டைலின் அரசியாக இருந்து கொலம்பஸின் கடற்பயணங் களை ஆதரித்தவரே இந்த அரசியாவார்.

இவளுக்கு மூன்று வயதாக இருக்கும் போதே இவளுக்கும் அரகானின் அரசனான இரண்டாம் ஜானின் மகன் ஃபெர்டினாண்டுக்கும் திருமணம் நிச்சயிக்கப்பட்டது.

ஆனால், இவளின் தந்தை ஹென்றி ஆறு வருடம் கழித்து இந்த ஒப்பந்தத்தை ரத்து செய்தார். இவளுக்கு எத்தனையோ மணத்துணைவர்கள் பார்க்கப்பட்டார்கள்.

ஆனால், இறுதியில் பல தடைகளைத் தாண்டி ஃபெர்டினாண்டே இவளை மணந்து கொண்டார்.

கிறிஸ்டோபர் கொலம்பஸின் நாடு காணும் திட்டத்தை ஆரம்பத்தில் எதிர்த்தாலும் ஓரிரு ஆண்டுகள் கழிந்ததும் ஒப்பந்தத்தின்படி பொருட் செலவை ஏற்றுக் கொண்டார். கொலம்பஸ் அலை கடலின் தளபதி என்ற பட்டம் சூட்டப்பட்டு புதிதாகக் கண்டுபிடிக்கும் தீவுகளுக்கு அவரே ஆளுநர்

என்ற உறுதிமொழியும் வருவாயில் பெரும் பங்கை அவருக்கு கொடுக்கவும் ஒப்பந்தம் போடப்பட்டது.

தன் துணைவருடன் புரிந்துணர்வுடனும் சம உரிமையுடனும் இவர் ஆட்சி நடத்தினார். கிரனடாவில் உள்ள அரண்மனையில் இவர்களின் சம உரிமைச் சாசனம் பொறிக்கப்பட்டுள்ளது.

ஸ்பெயினை ஒருங்கிணைத்து கொலம்பஸை ஆதரித்து அடுத்த நூற்றாண்டுக்கான இராணுவக் கட்டமைப்பை உருவாக்கியது இசபெல்லா வின் சாதனையாக பார்க்கப்படுகிறது.

இசபெல்லாவுக்கு போப்பரசரால் கடவுளின் பணியாளர் (Servant of God) என்ற பட்டம் வழங்கப்பட்டது. ஆனால் யூத அமைப்புகளின் எதிர்ப்பால் புனிதர் பட்டம் வழங்கப்படவில்லை.

அமெரிக்க அஞ்சல் தலையில் இடம் பெற்ற முதல் பெண் இசபெல்லா ஆவார். இவரின் படம் இடம்பெற்ற அஞ்சல் தலைகள் பல ஆயிரம் டாலர்களுக்கு ஏலம் போயின.

அமெரிக்கா வெளியிட்ட நாணயத்தில் இடம் பெற்ற முதல் பெயரிடப் பட்ட பெண்மணியும் இவரே!

17

வர்த்தகம் நிறுத்தப்பட்ட 'பட்டுப்பாதை'

'பட்டுப்பாதை' என்பது பண்டைக் காலத்தில் கவிகை வண்டிகளும், கடற்கலங்களும் பயணம் செய்த ஒரு பாதையாகும்.

இது ஆசியாவின் தென்பகுதி ஊடாகத் தொடரான பல பாதைகள் இணைந்து அமைந்தது. பட்டுப்பாதை இன்று சியான் எனப்படுகின்ற சீனாவின் பகுதியை சின்ன ஆசியாவின் அன்மயோச்சுடன் இணைத்தது. இது 6500 கிலோ மீட்டருக்கு மேல் நீளமானது.

இதன் செல்வாக்கு ஜப்பான், கொரியா ஆகிய நாடுகள் வரை பரவியிருந்தது.

பட்டுப்பாதையின் மூலம் நடைபெற்ற பரிமாற்றங்கள் சீனா, பண்டைய எகிப்து, மெசுபடோமியா, பாரசீகம், இந்தியா, ரோம் ஆகிய இடங்களில் நிலவிய நாகரீகங்களின் வளர்ச்சிக்கு உறுதுணையாக இருந்தது மட்டுமின்றி நவீன உலகத்தை உருவாக்குவதற்கும் அடிப்படையாக அமைந்தது எனலாம்.

வடக்குச் சீனாவின் வணிக மையங்களுக்கு அப்பால், பட்டுப்பாதை வடக்கிலும் தெற்கிலுமாக இருகூறாகப் பிரிந்து செல்கிறது. வடக்குப் பாதை புல்கர் - கிப்சாக் பகுதியிலுமாக கிழக்கு ஐரோப்பாவுக்கும், கிரிமீயன் தீவக்

குறைக்கும் சென்று அங்கிருந்து கருங்கடல், மர்மாராக் கடல் என்பவற்றைக் கடந்து பால்கன் பகுதியூடாக வெனீஸை அடைகின்றது.

தெற்குப் பாதை, துருக்கிஸ்தான், கோராசான் ஊடாக மெசபடோமியா, அனதோலியா சென்று அங்கிருந்து தெற்கு அனதோலியாவிலுள்ள அண்டியோச் ஊடாக மத்திய தரைக் கடலுக்கோ அல்லது லேவண்ட் ஊடாக எகிப்துக்கும் வட ஆப்பிரிக்காவுக்குமாக செல்கிறது.

பண்டைய காலத்தில் முக்கிய வர்த்தகர்கள் இந்தியர்கள் மற்றும் பாக்ட்ரியன் மக்கள். பின்னர் 5-ஆம் நூற்றாண்டில் இருந்து 8-ஆம் நூற்றாண்டு வரை சொக்டியன் வர்த்தகர்களும் பின்னர் அரபு மற்றும் பாரசீக வர்த்தகர்களும் பட்டுப்பாதையைப் பயன்படுத்தினர்.

இந்த விரிவான கண்டம் முழுவதும் இணைக்கும் வகையிலான வர்த்தக பாதைகளில் ஒரு லாபகரமான சீன பட்டு வணிகம் நடைபெற்று வந்த காரணத்தால் இப்பாதைக்கு பட்டுப்பாதை என்று பெயர் வந்தது.

கி.மு. 1070னைச் சேர்ந்த சீனப்பட்டின் சில பகுதிகள் பண்டைய எகிப்தில் கண்டறியப்பட்டது. அதன் மூலம் போதியளவு இது நம்பப்படுகிறது. கி.மு. 1-ஆம் நூற்றாண்டில் சீனாவின் டாயுவான், பார்த்திப மற்றும் பக்திரிய நாடுகளுடனான அரசாங்க உறவு பேணும் நடவடிக்கைகளைத் தொடர்ந்து இந்தியா மற்றும் மேற்கத்திய உலகத்தை இணைக்கும் ஒரு சாலை உருவானது. இந்த பட்டுப்பாதை மக்கள் பொருட்கள் மற்றும் கலாச்சாரத்தை பரிமாறிக் கொள்ள வாய்ப்பு கொடுத்தது.

கி.பி. 1207 லிருந்து 1360 வரை ஆசிய கண்டம் முழுவதும் மங்கோலிய விரிவாக்கம் அரசியல் ஸ்திரத்தன்மையைக் கொண்டு வந்ததோடு மீண்டும் பட்டுப்பாதையை காரகோரம் வழியாக நிறுவ உதவின.

இது உலக வணிகத்தின் மீது இஸ்லாமிய கலிபாவின் ஏகபோகத்தை முடிவுக்கு கொண்டு வந்தது. மங்கோலியர் வாணிப வழித்தடங்களில் ஆதிக்கம் செலுத்தியதால் அப்பகுதியில் மேலும் வர்த்தகம் வளர்ந்தது.

மங்கோலியர்களுக்கு மதிப்பற்றதாக இருந்த ஒரு பொருள் மேற்கில் மிகவும் மதிப்பு மிக்கதாக கருதப்பட்டது. இதன் விளைவாக மங்கோலியர்கள் மேற்கிலிருந்து பல ஆடம்பரமான பொருட்களை பெற்றனர்.

ஐரோப்பாவில் ஆரம்ப நவீனத்தின் காரணமாக பிராந்திய மாநிலங்கள் ஒருங்கிணைந்தன. ஆனால் பட்டுப்பாதையில் இது ஒரு எதிர்தாக்கத்தை ஏற்படுத்தியது. மங்கோலிய பேரரசின் ஒருங்கிணைப்பை தக்க வைக்க முடியாமல் வர்த்தகம் குறைந்தது.

கான்ஸ்டாண்டிநோபிளில் ஒட்டோமன் மேலாதிக்கத்தை தொடர்ந்து 1453ல் பட்டுப்பாதை வழியே வணிகம் மேற்கொள்வது நிறுத்தப்பட்டது. அந்நாளைய ஒட்டோமன் ஆட்சியாளர்கள் மேற்கத்திய எதிர்ப்பாளர்களாக இருந்தனர்.

18

ஐரோப்பியர்களின் நம்பிக்கைத் துரோகம்

செவ்விந்தியர்கள் சுமார் *13000* ஆண்டுகளுக்கு முன்பாகவே வட அமெரிக்காவும், ஆசியாவும் இணைந்திருந்த நிலப்பரப்பான பேரிங் ஸ்ட்ரைட் வழியாக அமெரிக்க கண்டத்திற்குள் கால் நடையாக நுழைந்திருக்கலாம் என வரலாற்று வல்லுநர்கள் கருதுகிறார்கள். இப்போது அந்த நிலப்பரப்பில் ரஷ்யாவுக்கும் அலாஸ்கா விற்கும் இடைப்பட்ட சீற்றம் கொண்ட கடல் பகுதியாக உள்ளது.

ஐரோப்பியரின் வருகைக்கு முன்பே வட அமெரிக்காவில் ஆரம்பித்து மத்திய அமெரிக்கா மற்றும் தென் அமெரிக்கா வரை இந்த செவ்விந்தியர்கள் பரவி இருந்தார்கள்.

வருடத்தின் பெரும் பகுதி பனியில் மூடிக் கிடக்கும் கனடா, பாலைவனம் போன்ற நியூமெக்சிகோ, மத்திய அமெரிக்க சமவெளிகள், ப்ளோரிடா மற்றும் அதனை சுற்றி இருந்த அழகிய தீவுகள், அமேசான் காடுகள் என அந்தந்த நிலப்பரப்பு மற்றும் சூழலுக்கேற்ப தங்கள் வாழ்க்கை முறையை அமைத்துக் கொண்டு பல குழுக்களாக வாழ்ந்து வந்தவர்கள்.

நிலப்பரப்பில் மட்டுமில்லாமல் அவர்களின் வாழ்வியலிலும் ஒரு சொர்க்க பூமியாக அது விளங்கியது. நேர்மையின்மை என்பதே அவர்களின்

அகராதியில் இல்லை என்று கொலம்பஸே கூறியுள்ளார்.

இரும்பிலான கை, கால் விலங்கைக் காட்டி, இதைத்தான் எங்கள் நாட்டின் ராஜா ராணி அணிந்து கொள்வார்கள் எனக் கூறி அவர்களின் தலைவனை நம்ப வைத்து சந்தோஷமாக அணிந்து கொள்ள சம்மதித்தவனை விலங்கு பூட்டி சிறைப்பிடித்து கப்பலேற்றி அடிமையாக ஸ்பெயின் நாட்டிற்கு அனுப்பி வைத்தான் கொலம்பஸ்.

செவ்விந்தியரின் வெள்ளந்தித்தனத்திற்கும் ஐரேஸ்பியரின் நம்பிக்கை துரோகத்திற்கும் இதைவிட உதாரணம் இருக்காது.

ஸ்பானியர்களைத் தொடர்ந்தே வந்த அத்தனை ஐரோப்பியரும் இதைப் போன்ற துரோகத்தை தான் செய்து கொண்டிருந்தார்கள்.

ஆப்பிரிக்காவிலிருந்து பிடித்து ஐரோப்பா கொண்டு வரப்பட்டு, கருப்பினத்தவரை ஆடு, மாடுகளைப் போல தெரு சந்தைகளில் விலை பேசும் அடிமை வியாபாரம் சர்வ சாதாரணமாக நடந்து வந்த காலம் அது.

இந்தியாவிற்கு கடல் வழி கிடைக்கவில்லையென்றாலும் புதிய சொர்க்க பூமி கிடைத்திருக்கிறது. அங்கே அளவற்ற இயற்கை வளங்கள் மட்டுமின்றி நிறைய அடிமைகளும் கிடைப்பார்கள் எனக் கூறிய கொலம்பஸின் வாதத்தில் ஸ்பெயின் அரசுக்கு நாட்டமில்லாமல் இருந்தது. காரணம் கப்பலில் ஸ்பெயினுக்கு வரும் வழியிலேயே செவ்விந்திய கைதிகள் இறந்து விடுவார்கள்.

புதிய உலகின் மூலம் கிடைக்கும் அத்தனை வருமானத்திலும் பத்து சதவீதம் மட்டும் தனக்கென்றும் மீதமுள்ள 90 சதவீதம் ஸ்பெயின் அரசுக்கு என்றும் கூறிய கொலம்பஸின் ஆசை வார்த்தைகள் பலித்தது.

தங்கள் ராஜ்யத்தின் எல்லைகளை விரிவுபடுத்தவும், பூலோக சொர்க்கத்தின் வளங்களை கொள்ளையடிக்கவும் எண்ணித்தான் ஸ்பெயின் அரசு கொலம்பஸின் இரண்டாம் கடல் பயணத்துக்கு ஒப்புக் கொண்டது.

கொலம்பஸ் சொன்னபடி ஒப்பந்தம் தயாரானது. ஒப்பந்தத்தில் செவ்விந்தியரை கிறிஸ்தவர்களாக மாற்றுவது என்பது ஒரு சரத்து. மற்றபடி முழு ஒப்பந்தமும் தங்கத்தை எப்படி பங்கிட்டுக் கொள்வது என்பதைப் பற்றித்தான் எழுதப்பட்டிருந்தது.

இம்முறை தீவில் போய் இறங்கியதுமே கண்ணில் பட்டவர்களை எல்லாம் பிடித்து கைதியாக்கி கப்பலில் ஏற்றினார்கள். சுதந்திரமாக சுற்றித் திரிந்தவர்களை கைது செய்து இனி நீங்கள் அடிமைகள் எங்கள் சொல்படிதான் கேட்க வேண்டும் என்ற ஐரோப்பியர்களின் கட்டளை செவ்விந்தியர்களுக்கு விளங்கவே இல்லை.

ஆப்பிரிக்க அடிமை வியாபாரத்தில் அனுபவம் பெற்றிருந்த கொலம்பஸுக்கே அந்த செவ்விந்திய கைதிகளை சமாளிப்பது கஷ்டமாக இருந்தது.

கொலம்பஸ் இதனை சமாளிக்க தனி ஆளாக பிடிக்காமல் செவ்விந்தியர்களை குடும்பத்தோடு அடிமைகளாக பிடிக்க ஆரம்பித்தார்கள். இந்த அணுகுமுறை கொஞ்சம் வேலை செய்தது. அடிமைகளும் நிறைய பேர்கள் தானாக வந்து மாட்டிக் கொண்டார்கள்.

கப்பலையே பார்த்திராத அவர்கள் வேடிக்கை பார்க்க கடற்கரைக்கு வந்தவர்களையும் கப்பலை சுற்றிக் காட்டுவதாகக் கூறி கைதியாக்கினார்கள்.

19

அமெரிக்காவில் தோன்றிய அடிமைகளின் சுதந்திர தேசம்

விடுதலைக்காக இரத்தம் சிந்திய போராட்டம் நடத்திய கறுப்பின அடிமைகளைப் பற்றிய ஆவணங்கள் மிகக் குறைவு. ஆயுத மேந்திய அடிமைகளின் எழுச்சிமிக்க வரலாறு நிறையவே இருட்டடிப்பு செய்யப்பட்டிருக்கிறது.

வெள்ளையின கனவான்களின் பெருந்தன்மையே அடிமைத் தளையை தகர்த்ததாக வரலாறு மாற்றி எழுதப்பட்டுள்ளது. அமெரிக்க கண்டத்தில் ஆப்பிரிக்க அடிமைகள் காலந்தோறும் கட்டுண்டு கிடந்ததாக கருதுவது தவறு.

தென் அமெரிக்காவில் கறுப்பின அடிமைகள் போராடி தமக்கென சுய நிர்ணய உரிமை கொண்ட தனி நாடு அமைத்துக் கொண்டனர். பால்மார்ஸ என்று அழைக்கப்பட்ட கருப்பின அடிமைகளின் தேசம், ஒன்றிரண்டு வருடங்களல்ல சுமார் 90 ஆண்டுகளாக (1605-1694) தனது சுதந்திரத்தை நிலை நாட்டியது.

பிரேசிலின் வடகிழக்கு கரையோர் உள்ள மாநிலத்தில் அந்த நாடு அமைந் திருந்தது. அண்ணளவாக போர்த்துக்கல் அளவு நிலப்பரப்பு ஒரு கருப்பின ராஜாவின் ஆட்சியின் கீழ் இருந்தது.

சிறப்பு பயிற்சி பெற்ற கருப்பினப் படையணிகள் காலனியாதிக்க வாதிகளுக்கு சவாலாக விளங்கின.

பிரேசிலின் அடிமை வியாபாரிகளும், கரும்பு ஆலை அதிபர்களும், அனைத்து ஆப்பிரிக்கர்களையும் கால்நடைகளாக கருதிய காலம் அது.

அங்கோலாவில் இருந்து சங்கிலியால் பிணைக்கப்பட்டு வந்த அடிமை களில் பலர் நாகரீகமடைந்த ‘இம்பன்களா’ வகுப்பைச் சேர்ந்தவர்கள் என்று அவர்கள் அறிந்திருக்க நியாயமில்லை.

இம்பன்களா என்பது இந்தியாவில் ஷத்திரிய குலத்திற்கு ஒப்பானது. அங்கோலா ராஜதானியை ஸ்தாபித்த பெருமைக்குரியவர்கள். காலம் செய்த கோலம் அடிமைகளாக பிரேசில் கொண்டு செல்லப்பட்டார்கள்.

சொந்த நாட்டில் வீரபுருஷர்களாக வலம் வந்தவர்கள் கடல் கடந்த தேசத்தில் அடிமை தொழிலாளிகளானார்கள். கருப்பு ஆலை அதிபர்களின் கொடுமையில் இருந்து தப்பிக்க தருணம் பார்த்து காத்திருந்தார்கள். டச்சு போர்த்துக்கல் யுத்தம் அதற்கு வழிவகுத்துக் கொடுத்தது.

கரும்புத் தோட்டங்களில் நிலவிய கடுமையான தண்டனைகள், அடிமை களை பயமுறுத்தி பணிய வைக்கவில்லை. மாறாக கொடுமை கண்டு கொதித் தெழுந்த அடிமைகள் ஆலை முதலாளிகளையும் வெள்ளையின காவலர்களை யும் கொலை செய்துவிட்டு தப்பியோடினார்கள்.

கிளம்போஸ் எனும் பகுதியில் இந்த இம்பங்கனா வீரர்கள் போய் தஞ்ச மடைந்தனர். மலைகளும் காடுகளும் இயற்கையான தடுப்பரண்களாக இருந்தன.

கரும்புத் தோட்ட காவலர்கள் தப்பிச் சென்ற அடிமைகளை பிடிக்க முடியாதவாறு அவை பாதுகாத்தன. சிறிது காலம் செல்ல கிளம்போஸ் குடியேற்றங்கள் யாவும் ஒன்றிணைக்கப்பட்டு ஒரு மன்னரால் நிர்வகிக்கப் பட்டன.

தமக்குத் தேவையான உணவுப் பொருட்களை தாமே பயிரிட்டுக் கொண்டனர். ஆயுதங்களுக்காக கரும்பாலை முதலாளிகளின் வீடுகளை தாக்கினார்கள்.

பல்மாரஸ் தேசத்தில் சுதந்திர மனிதர்களாக வாழ்ந்த முன்னாள் அடிமைகள், கரும்பாலைகள் மீது தாக்குதல்கள் நடத்துவதற்கு பல

காரணங்கள் இருந்தன.

ஒன்று அடிமைகளின் எஜமானர்களான ஆலை முதலாளிகளை பழி வாங்குவது. இரண்டு துப்பாக்கி போன்ற ஆயுதங்களை அபகரிப்பது. மூன்று பிற அடிமைகளை விடுதலை செய்து தம்மேடு கூட்டிச் செல்வது. இதன் மூலம் சுதந்திர கறுப்பின தேசத்தின் பிரஜைகளின் எண்ணிக்கை அதிகரித்தது.

ஒரு கட்டத்தில் அந்த நாடு முப்பதாயிரம் குடிமக்களை கொண்டிருந்தது. அவர்களில் பலர் சுதந்திர தேசத்தில் பிறந்த பிள்ளைகள்.

பல்மாரஸ் குடிமக்கள் வெள்ளை இன காலனியாதிக்க வாதிகளின் ராணுவ பலத்தை குறைத்து மதிப்பிடவில்லை. அதே நேரத்தில் காலனியாதிக்க வாதிகளும் கைகளை கட்டிக் கொண்டு சும்மா இருக்கவில்லை. சுதந்திர அடிமைகளின் தேசத்தை கைப்பற்ற இராணுவ நடவடிக்கைகளை முடுக்கி விட்டார்கள்.

பல்மாரஸ் மக்கள் பொறிகளையும் அகழிகளையும் அமைத்து தங்களை பாதுகாத்துக் கொண்டனர். பல நேரம் காடுகளில் பதுங்கிக் கொண்டார்கள்.

"கடைசியாக போர்த்துக்கீசிய காலனியாதிக்கவாதிகளுக்கு பாண்டை ரன்ஸ் எனும் கொடிய நாடு கடத்தப்பட்ட கிரிமினல்களின் கூட்டம் உதவி செய்ய வந்தனர். இவர்களின் தாக்குதல்களுக்கு பல்மாரஸ் கூட்டத்தினரால் ஈடு கொடுக்க முடியவில்லை. 1695-ஆம் ஆண்டு இந்த சுதந்திர கறுப்பின தேசம் முடிவுக்கு வந்துவிட்டது.

மன்னன் சும்பி கொல்லப்பட மீண்டும் இந்த மக்கள் அடிமைகளாக்கப் பட்டனர்.

20

வெள்ளை அமெரிக்கர்

வெள்ளை அமெரிக்கர் எனும் சொல் ஐரோப்பா, மத்திய கிழக்கு மற்றும் வடக்கு ஆப்பிரிக்காவில் பாரம்பரியம் கொண்ட மக்களைக் குறிக்க ஐக்கிய அமெரிக்க மக்கள் தொகை கணக்கு செயலகம் பயன்படுத்துவதாகும்.

காக்கேசியன் அல்லது ஆரியன் ஆகிய இரண்டு சொற்களும் அமெரிக்காவில் இதே மக்களைக் குறிக்கும். 8.11 சதவீத அளவில் வெள்ளை ஸ்பானியர்களும் இதே வகைப்பாட்டில் உள்ளனர். மொத்த அமெரிக்க மக்கள் தொகையில் 73.94 சதவீதம் வெள்ளை அமெரிக்கர். இதில் ஸ்பானியர் இல்லாத வெள்ளையர் 65.83 சதவீதம்.

அமெரிக்க வரலாற்றில் வெள்ளை அமெரிக்கர் என்கிற சொல் பல்வேறு பொருட்கள் உள்ளன. யூதர், இத்தாலியர் போன்ற மக்கள் முதலாக அமெரிக்காவில் குடியேற்றியபோது அவர்கள் வெள்ளை என்று அழைக்கப் படவில்லை.

ஆனால் இன்றைய அமெரிக்காவில் இவற்றையும் வெள்ளை அமெரிக்கரில் சேர்த்துக் கொண்டுள்ளனர்.

21

இப்படிக்கு....
செவ்விந்தியத் தலைவர் சியாட்டில்

செவ்விந்திய மண்ணின் மனசாட்சியாக வாழ்ந்த அவ்வினக் குழுக்களின் தலைவர்தான் சியாட்டில்.

தென் வடவெள்ளையர்கள் 16, 17-ஆம் நூற்றாண்டுகளில்தான் அமெரிக்க நாடுகளில் குடியேற ஆரம்பித்தனர். ஆனால் அதற்கு முன்னர் அமெரிக்க கண்டங்கள் முழுவதிலும் செவ்விந்திய இன மக்களே வாழ்ந்து வந்தனர்.

1800 முதல் 1900-ஆம் ஆண்டிற்குள் அமெரிக்கா முழுவதும் இங்கிலாந்து மற்றும் ஐரோப்பிய நாட்டினரால் ஆக்கிரமிக்கப்பட்டது. அங்கே வாழ்ந்த செவ்விந்தியர்கள் சில குறிப்பிட்ட பிரதேசங்களில் பட்டிகள் போன்ற அமைப்புகளில் ஆடு, மாடுகள் போல அடைத்து வைக்கப்பட்டனர்.

1960களிலிருந்துதான் வடஅமெரிக்காவில் வாழும் செவ்விந்தியர்கள் தங்கள் உரிமைகளுக்காகப் போராடி வருகிறார்கள்.

1855-ஆம் ஆண்டில் அமெரிக்காவின் ஜனாதிபதியாக இருந்த ஃபராங்கலின் பியர்ஸ் வாஷிங்டன், சுவாமிஷ் இனத்தின் செவ்விந்திய தலைவராக இருந்த சியாட்டில் என்பவருக்கு செவ்விந்தியரின் நிலம் அனைத்தையும் தாம் வாங்க விரும்புவதாக ஒரு கடிதம் எழுதி அனுப்பினார்.

கடிதம் பெயரளவில்தான். துப்பாக்கி முனையில் ஆக்கிரமிக்கப் போகிறோம் என்பதுதான் அதன் பொருள்.

அமெரிக்க ஜனாதிபதி வாஷிங்டனின் அக்கடிதத்தைக் கண்டு அதிர்ச்சி யடைந்தார் சியாட்டில்.

அமெரிக்க ஜனாதிபதிக்கு செவ்விந்திய இனக்குழுக்களின் தலைவர் ஒரு பதில் கடிதம் எழுதி அனுப்பினார்.

அந்த வரலாற்றுச் சிறப்புமிக்க சியாட்டிலின் அந்தக் கடிதம் இன்று வரை உலக மக்களால் போற்றப்படும் கவித்துவமிக்க கடித ஆவணமாக கருதப்படுகிறது.

சுற்றுச்சூழல் சீரழிவது குறித்தும், பூமித்தாயை எப்படி நேசிப்பது என்பது குறித்தும் செவ்விந்திய இனக் குழுத்தலைவர் சியாட்டில் கடிதம் மெய் சிலிர்க்க வைக்கும் ஆவணமாகும்.

அமெரிக்கப் பெருந்தலைவருக்கு, அமெரிக்காவின் பெருந்தலைவர் எங்களது நிலத்தினை வாங்க விரும்புவதாக அறிகிறோம். அமெரிக்கத் தலைவர் தனது நட்பையும் நல்லெண்ணத்தையும் எங்கள்பால் காட்டுவதாக வும் அறிகிறோம். இது அவரது அன்பையே காட்டுகிறது.

ஏனெனில் எங்களது நட்பு அவருக்குத் தேவையற்றது. ஆனாலும் உங்களது வேண்டுகோளை நாங்கள் ஏற்றுக் கொண்டேயாக வேண்டும்.

அப்படி நாங்கள் ஏற்றுக் கொள்ளாவிடில் துப்பாக்கி சகிதம் வெள்ளையர் இங்கு வந்து எங்களது நிலத்தை அபகரித்துக் கொள்வார்கள் என்பது எங்களுக்கு நன்றாகவே தெரியும்.

இந்த செவ்விந்தியத் தலைவன் அமெரிக்க பெருந்தலைவரிடம் சொல்லப் போவது, பருவங்கள் உள்ளவரை வானில் நட்சத்திரங்கள் உள்ளது போல முக்காலமும் உண்மை!

உங்களால் வானத்தை வாங்கவோ விற்கவோ முடியுமா? நிலத்தின் கதகதப்பை வாங்க முடியுமா? நீங்கள் கேட்பது வேடிக்கையாகத்தான் இருக்கிறது.

இந்தத் தென்றல் காற்றின் வாசமும், அந்தத் தெளிந்த நீரின் ஒளியும் எங்களுக்குச் சொந்தமானவை அல்ல. இவற்றை எப்படி உங்களால்

எங்களிடமிருந்து வாங்க முடியும்? இது பற்றிக் காலம் தான் சொல்ல வேண்டும்.

இந்த நிலத்தின் ஒவ்வொரு பகுதியும் எங்களுக்குப் புனிதமானவை. ஒவ்வொரு ஊசி இலையின் பளபளப்பும், கரைகளின் மணலும் அடர்ந்த காடுகளின் பனி மூட்டமும், வண்டுகளின் ரீங்காரமும் எங்களுக்கு புனித மானவை. நெஞ்சை விட்டு அகலாதவை.

வெள்ளை மனிதனுக்கு எங்களது வாழ்க்கை நெறி விளங்குவது இல்லை. அவனுக்கு நிலத்தின் ஒரு பகுதிக்கும் மற்றொரு பகுதிக்கும் இடையே உள்ள வேறுபாடுகள தெரிவதில்லை.

அவன் இரவில் வரும் திருடனைப் போல தனக்கு வேண்டியதை யெல்லாம் நிலத்திலிருந்து எடுத்துக் கொள்கிறான். அதைப் பற்றி அவன் கவலைப்படுவதில்லை. நிலத்தை தனது குழந்தைகளிடமிருந்தே அவன் அபகரித்துச் செல்கின்றான்.

அவனுக்கு லட்சியம் இல்லை. அவனது தந்தையின் கல்லறை பற்றியும், குழந்தைகளின் பிறப்புரிமை பற்றியும் அவனுக்கு சிந்தனையே கிடையாது. அவனது பசி இந்த நிலம் அனைத்தையும் விழுங்கி விட்டு வெறும் பாலை வனத்தை மட்டுமே விட்டுச் செல்லப் போகிறது.

உங்களது நகரங்களைப் பார்த்தாலே செவ்விந்தியர்களாகிய எங்களுக்கு கண்களில் எரிச்சல் உண்டாகிறது. ஒரு கால் செவ்விந்தியர் காட்டுமிராண்டி களாக இருப்பதால் அவர்களுக்கு புரியவில்லையோ என்னவோ!

வெள்ளையனின் நகரங்களில் அமைப்பான இடமே கிடையாது. இலைகள் காற்றில் அசைவதால் ஏற்படும் ஒலியும், வண்டுகள் பறப்பதால் அவற்றின் சிறகுகள் எழுப்பும் ஒலியும் அங்கு கேட்பதில்லை.

நான் ஒரு காட்டுமிராண்டியாக இருப்பதாலோ என்னவோ, நகரங்களின் இரைச்சல் என் காதுகளுக்கு நாராசமாக ஒலிக்கிறது.

குயில்களின் கூவுதலையும், தவளையின் உரையாடல்களையும் கேட்க முடியாத இடத்தில் என்னதான் இருக்கிறது?

தாமரைக் குளத்தின்மீது தவழ்ந்து வந்து முகத்தில் வீசும் தென்றலும் மழைக்குப் பின் மண் வாசனையுடன் வரும் காற்றும், வேப்பம்பூ மணத் துடன் வரும் காற்றும் எங்களுக்கு பிடித்தமானவை.

இந்தக் காற்றைத்தான் விலங்குகளும், செடி, கொடிகளும், மனிதர்களும் சுவாசிக்கிறார்கள். வெள்ளையன்தான் சுவாசிக்கும் காற்றின் மீது கவனம் செலுத்துவதாகத் தெரியவில்லை. உறுப்புகள் செயல் இழந்து சாகப் போகும் மனிதனைப் போல் இருப்பதால் அவனுக்கு காற்றின் மணம் தெரிவதில்லை.

உங்களது விருப்பத்தை நான் ஏற்றுக் கொள்ளத் தீர்மானித்தால் அதற்கு ஒரு நிபந்தனை விதிப்பேன்.

வெள்ளையன் இந்த மண்ணில் விலங்குகளைத் தனது சகோதரர்களாக எண்ண வேண்டும். நான் ஒரு காட்டுமிராண்டி வேறு எந்த மார்க்கமும் எனக்கு புலப்படவில்லை.

ஓடும் ரயிலில் இருந்தபடியே வெள்ளையர்கள் சுட்டுத் தள்ளிய ஆயிரக் கணக்கான எருமைகளின் அழுகிய பிணங்களை நான் புல்வெளியில் பார்த்தேன்.

நாங்கள் உயிர் வாழ்வதற்காக எருமைகளைக் கொல்கிறோம். ஆனால் துப்பாக்கி எந்த விதத்தில் எருமைகளை விட மேலானது என்று எங்களுக்கு விளங்கவில்லை.

விலங்குகள் இல்லாமல் மனிதன் எப்படி வாழ முடியும்? எல்லா விலங்கு களும் கொல்லப்பட்டு விட்டால் அவனது ஆத்மாவின் தனிமையே அவனைக் கொன்று விடும். விலங்குகளுக்கு நேர்வது மனிதனுக்கும் நேரும். எல்லா விசயங்களுமே ஒன்றுக்கொன்று தொடர்புடையவை. நிலத்துக்கு நேர்வது நிலத்தின் மைந்தர்களுக்கும் நேரும்.

எங்களது குழந்தைகள் தங்களது தந்தையர்கள் போரில் தோற்கடிக்கப் பட்டதை பார்த்திருக்கிறார்கள். எங்களது வீரர்கள் அவமானப்பட்டிருக் கிறார்கள்.

தோல்விக்குப் பிறகு அவர்கள் சோம்பேறிகளாக மாறி நிலத்தை தமது வியர்வை உணவு, நீர் போன்ற அசுத்தங்களால் மாசுபடுத்திக் கொண்டிருக் கிறார்கள்.

எங்களது எஞ்சியுள்ள நாட்களை எங்கே கழிக்கிறோம் என்பது முக்கியம் அல்ல. சில நாட்களே எஞ்சியுள்ளன. சில மணி நேரங்கள்.

சில குளிர்காலங்களுக்குப் பிறகு எங்களது முன்னோர்களின் கல்லறை களைப் பார்த்து கண்ணீர் வடிக்க யாருமே இருக்க மாட்டார்கள்.

நாங்களும் உங்களைப் போலவே பலம் வாய்ந்தவர்களாகவும் நம்பிக்கை உள்ளவர்களாகவும் இருந்தவர்கள்தான்.

ஒரு விசயம் எங்களுக்கு நன்றாகவே தெரியும். அதை வெள்ளை மனிதனும் விரைவில் தெரிந்து கொள்வான். நம் இருவரின் கடவுளும் ஒருவரே! இப்போது நீ இந்த நிலத்தை உனக்கு சொந்தமாக்கிக் கொண்டது போல கடவுளையும் உனக்குச் சொந்தமாக்கிக் கொள்ளலாம் என்று எண்ணுகிறாய். அது உன்னால் முடியாது. ஆண்டவன் எல்லா மனிதர்களுக்கும் பொதுவானவன்.

இந்த பூமி அவனுக்குப் புனிதமானது. அந்தப் பூமிக்கு கெடுதல் விளைவிப்பது கடவுளையே அவமானப்படுத்துவது போலாகும். வெள்ளையர்களும் சீக்கிரமே அழிந்து போவார்கள் - மற்ற இனத்தவர்களுக்கு சற்று முன்பாகவே!

உன் படுக்கையை நீ அசுத்தப்படுத்திக் கொண்டே வந்தால் ஒரு நாள் உனது அசுத்தத்திலேயே நீ அழிந்து போவாய்.

எல்லா எருமைகளும் கொல்லப்பட்ட பின்பு, எல்லாக் குதிரைகளும் அழிந்த பின்பு காடுகளின் புனிதமான மூலைகளில் மனிதனின் வியர்வை, துர்நாற்றமே எஞ்சி இருக்கும்.

புதர்கள் அழிந்து போகும். கழுகுகள் காணாமல் போய் விடும். சிட்டுக் குருவிகளுக்கும் மைனாக்களுக்கும் விடை கொடுத்து அனுப்புவது எங்கே போய் முடியும்?

நமது வாழ்வு முடிந்து சாவு ஆரம்பிப்பதில்தான் முடியும்.

வெள்ளை மனிதன் எந்த மாதிரி கனவு காண்கிறான் என்று எங்களுக்குத் தெரியவில்லை. அது தெரிந்தால் எங்களால் வெள்ளையர்களைப் புரிந்து கொள்ள முடியும். தனது குழந்தைகளின் மனதில் எந்த நம்பிக்கைகளை அவன் வளர்க்கிறான் என்பதெல்லாம் எங்களுக்குத் தெரியவில்லை.

ஆனால் நாங்கள் காட்டுமிராண்டிகள் வெள்ளையனின் கனவு பற்றி எங்களுக்கு எதுவுமே தெரியாது. எங்களுக்கு அது தெரியாததால் எங்கள் பாதையிலேயே நாங்கள் போவோம்.

நமக்குள் உடன்பாடு ஏற்பட்டால் அது நீங்கள் எங்களுக்காக ஒதுக்கி இருக்கும் நிலங்களைப் பெறுவதற்குத்தான். அந்த நிலங்களில் எங்கள்

விருப்பம் போல சில காலம் நாங்கள் வாழ்வோம்.

கடைசி செவ்வந்தியன் மறைந்த பின் எங்களது ஆவிகள் இந்தப் புல்வெளிகளில் உலாவி வரும் - ஏனெனில் பிறந்த குழந்தை தனது தாயை நேசிப்பது போல நாங்கள் இந்த பூமித்தாயை நேசிக்கிறோம்.

எங்களது நிலத்தை நீங்கள் வாங்கி விட்டால் அதை எங்களைப் போல நீங்களும் நேசியுங்கள். எங்களைப் போலவே அதைப் பாதுகாத்து வாருங்கள்.

நிலத்தை உங்கள் அனைத்து சக்தியையும் திரட்டி நினைவில் கொள்ளுங்கள்.

உங்களது குழந்தைகளுக்காக அதைப் பாதுகாத்து வாருங்கள்.

கடவுள் நம் அனைவரையும் நேசிப்பதைப் போல நீங்களும் நிலத்தை நேசியுங்கள்.

எங்களுக்கு நன்றாகத் தெரியும் கடவுள் நமக்குப் பொதுவானவர் என்று. இந்தப் பூமி அவருக்கு பெருமதிப்பிற்குரிய பொருளாகும். முடியாது. நமக்குப் பொதுவான தலைவிதியிலிருந்து வெள்ளையன் கூடத் தப்ப முடியாது.

இப்படிக்கு
சியாட்டில் - செவ்விந்தியத் தலைவர்

ஒவ்வொரு ஆண்டும் உலகச் சுற்றுச்சூழல் நாள் நம்மைக் கடந்து சென்று கொண்டுதான் இருக்கிறது.

ஆனால் பூமியோடு நாம் கொண்டுள்ள தொப்புள் கொடி உறவின் ஆழத்தை மீண்டும் மீண்டும் நினைவுப்படுத்திக் கொண்டிருக்கும் செவ்விந்தியத் தலைவர் சியாட்டிலின் உரை காலம் கடந்து நிற்கிறது.

22

சிவப்பு இந்தியர்கள்

பதினைந்தாம் நூற்றாண்டில் ஐரோப்பியர்கள் அமெரிக்கக் கண்டத்தைக் கண்டுபிடித்தபோது ஐரோப்பிய காலனித்துவம் உச்சத்தில் இருந்தது.

ஐரோப்பிய நாடுகள் பெரும்பாலும் மற்ற இனங்களைத் தங்களை விட தாழ்ந்த இனங்களாகக் கருதின.

அவர்களின் தோல் நிறம் அல்லது பிற இனங்களின் தோற்றத்தின் அடிப்படையில் பெயர்களும் உருவாக்கினர். பூர்வீக அந்தப் பழங்குடியினருக்கு அவர்கள் ரெட் இந்தியன்ஸ் என்ற வார்த்தையைப் பயன்படுத்தினர்.

இந்திய துணைக் கண்டத்தில் வாழ்ந்த இந்தியர்களிடமிருந்து அவர்களை வேறுபடுத்தி அமைப்பதற்காக அவ்வாறு பெயரிட்டனர்.

16 மற்றும் 17-ஆம் நூற்றாண்டுகளில் ஐரோப்பியர்கள் நியூ ஃபவுண்ட் லாந்தில் குடியேற்றங்களை நிறுவினர்.

அச்சமயம் பூர்வீக செவ்விந்தியப் பழங்குடியான பியோதுக் அங்கு வாழ்ந்தனர். பியோதுக் இனம் ஒரு தனித்துவமான கலாச்சார நடை

முறையைக் கொண்டிருந்தது. அவர்கள் ஒவ்வொரு ஆண்டும் வசந்த கொண்டாட்டத்தின் ஒரு பகுதியா சிவப்பு காவியால் தங்கள் உடலை வரைவார்கள்.

ஐரோப்பியர்கள் பியோத்துகளுடன் தொடர்பு கொண்டபோது அவர்கள் சிவப்பு காவியைப் பயன்படுத்தியதற்காக அவர்களுக்கு ரெட் இந்தியன்ஸ் என்று பெயரிட்டனர். இந்தப் பெயர் இறுதியில் அனைத்துப் பூர்வீக அமெரிக்கப் பழங்குடியினரையும் குறிக்கப் பயன்படும் பொதுச் சொல்லாக மாறியது.

சிவப்பு இந்தியர்கள் மற்றும் ரெட் ஸ்கின்ஸ் பெரும்பாலும் ஒன்றுக் கொன்று மாற்றாகப் பயன்படுத்தப்படுகின்றன.

19-ஆம் நூற்றாண்டில் பல பூர்வீக அமெரிக்கப் பழங்குடித் தலைவர்கள் தங்கள் பேச்சு, கடிதங்கள் மற்றும் பரிமாற்றங்களில் ரெட் ஸ்கின் என்ற வார்த்தையைப் பயன்படுத்தினர்.

பூர்வீக அமெரிக்கர்கள், ரெட் இந்தியன்ஸ் அல்லது ரெட் ஸ்கின் என்ற சொற்களை விரும்புவதில்லை. அவர்கள் இந்தச் சொற்களை இழிவான தாகவும், இன வாதமாகவும் கருதுகின்றனர்.

பூர்வீக அமெரிக்கப் பழங்குடியினரின் காலனித்துவத்தின்போது ஐரோப்பியர்களால் இந்தச் சொற்கள் உருவாக்கப்பட்டதாக அவர்கள் நம்புவதே இதற்குக் காரணம்.

ரெட் ஸ்கின் என்பது பூர்வீக அமெரிக்கப் பழங்குடியினரிடமிருந்து தோன்றியிருக்கலாம் என்றாலும் அது ஒரு இனவெறிச் சொல்லாகப் பயன் படுத்தப்பட்டது.

23

சியாட்டில் நகரின் நிறவெறித் தாக்கங்கள்

சியாட்டிலில், ஆசிய அமெரிக்க இயக்கம், பல இனக் கூட்டணிக் கட்டமைப்பின் அசாதாரணமான, ஆழமான மரபிலிருந்து வெளிப்பட்டது.

1930களின்போது வாஷிங்டன் மாநிலத்தில் கலப்புத் திருமணத்தை சட்ட விரோதமாக்கும் மசோதாக்களுக்கு எதிரான வெற்றிகரமான பிரச்சாரங்கள் ஜப்பானிய சீன மற்றும் பிலிப்பைன்ஸ் ஆர்வலர்களை ஒன்றிணைத்தது. இருப்பினும் பிலிப்பைன்ஸ் ஆர்வலர்கள் முன்னிலை வகித்தனர்.

இரண்டாம் உலகப் போருக்குப் பிறகு ஜாக்சன் ஸ்ட்ரீட் கம்யூனிட்டி கவுன்சில், சியாட்டிலின் ஆசிய மற்றும் ஆப்பிரிக்க அமெரிக்க சமூகங்களின் சமூகத் தலைவர்களை ஒன்றிணைத்து வாதிட வைத்தது.

கறுப்பின சிவில் உரிமை பிரச்சாரங்களுடன் ஆசிய அமெரிக்கர்களை ஒற்றுமையுடன் ஏற்பாடு செய்த ஒரு அமைப்பு, குறிப்பாக, ஆசிய - விரோத பாகுபாடுகளை எதிர்த்துப் போராடுவதற்கு விரைவாக விரிவடைந்தது.

1969-ஆம் ஆண்டு பள்ளியின் கறுப்பின மாணவர் சங்கப் போராட்டத்தின் மாதிரியான நடவடிக்கை எதிர்ப்புகளுடன் அவர்கள் பள்ளியின் முதல் கறுப்பினத் தலைவருக்கு சவால் விடுத்தனர்.

பல்வேறு புலம்பெயர்ந்த குழுக்களுக்கு இடையேயான பல இனக் கூட்டணிகள் மேற்கு கடற்கரையில் சிவில் உரிமைகளுக்கான பிரச்சாரங் களில் நீண்ட காலமாக முக்கியப் பணியாற்றியிருந்தாலும் 1960கள் மற்றும் 1970கள் வரை பல்வேறு வரலாறுகளைக் கொண்ட பல்வேறு சமூகங்கள் சுய நினைவுடன் ஆசிய அமெரிக்கர்கள் என்ற ஒன்றுபடத் தொடங்கினர்.

சியாட்டில் அமெரிக்காவின் எந்த இடத்திலும் வெள்ளை ஆதிக்கத்திற்கு உறுதியளிக்கப்பட்ட ஒரு கூர்மையாகப் பிரிக்கப்பட்ட நகரமாக இருந்தது.

பெரும்பாலான வேலைகள், பெரும்பாலான சுற்றுப்புறங்கள் மற்றும் பல கடைகள் உணவகங்கள் மற்றும் பிற வணிக நிறுவனங்களில் இருந்து நிற மக்கள் ஒதுக்கப்பட்டனர்.

வாஷிங்டனில் சிகானோ இயக்கம் யகிமா பள்ளத்தாக்கில் தோன்றியது. மாநிலத்தின் பெரும்பாலான லத்தீன் மக்கள் வசிக்கின்றனர். மேலும், சியாட்டில் மற்றும் வாஷிங்டன் பல்கலைக் கழகத்தில் சிகானோ மாணவர்கள் பல புதிய முயற்சிகளை மேற்கொண்டனர்.

24

ஜார்ஜ் வாஷிங்டனின் நிறவெறி

அமெரிக்காவின் தந்தை என்று கூறப்படும் ஜார்ஜ் வாஷிங்டன் அமெரிக்காவின் முதல் ஜனாதிபதியாக மட்டுமில்லை, ஒரு அடிமை உரிமையாளராகவும் இருந்தார்.

அவர் அடிமைத்தனத்துடன் சிக்கலான உறவைக் கொண்டிருந்தார். அவரது வாழ்நாளில் அவர் மொத்தமாக 577 அடிமைகளைக் கட்டுப்படுத்தினார்.

அந்த அடிமைகள் பிலாடெல்பியாவில் உள்ள ஜனாதிபதி மாளிகை உள்பட அவரது பண்ணைகள் மற்றும் அவர் எங்கு வாழ்ந்தாலும் கொத்தடிமைகளை பணிபுரிய வேண்டிய கட்டாயம் ஏற்பட்டது.

அவர் ஜனாதிபதியாக காங்கிரசால் இயற்றப்பட்ட சட்டங்களில் கையெழுத்திட்டார். அது அடிமைத்தனத்தைப் பாதுகாப்பதாகவே உறுதி செய்தது. அவரது அடிமைகளில் ஒருவரான வில்லியம் லீ இறந்தவுடன் விடுவிக்கப்பட வேண்டும் என்றும் மற்ற 123 அடிமைகள் அவரது மனைவிக்காக வேலை செய்து அவள் இறந்தவுடன் விடுவிக்கப்பட வேண்டும் என்றும் அவரது உயில் கூறுகிறது.

வில்லியம் லீ ஒரு வெள்ளை மனிதராக இருந்திருந்தால் அமெரிக்க வரலாற்றில் அவருக்கு ஒரு கௌரவமான இடம் கிடைத்திருக்கும். ஏனெனில், அவர் ஜார்ஜ் வாஷிங்டனுடன் நெருக்கமாக இருந்தவர். ஆனால், அவர் கறுப்பின வேலைக்காரர். ஒரு தாழ்மையான அடிமை அவர் கறுப்பு மற்றும் வெள்ளை வரலாற்றாசிரியர்களால் புறக்கணிக்கப்பட்டவர்.

வில்லியம் லீ ஜார்ஜ் வாஷிங்டனின் அடிமை மற்றும் தனிப்பட்ட உதவியாளர். வாஷிங்டனின் அடிமைகளில் இவர் ஒருவர் மட்டுமே ஜார்ஜ் வாஷிங்டனின் விருப்பத்தால் உடனடியாக விடுவிக்கப்பட்டார்.

வில்லியம் லீ அமெரிக்கப் புரட்சிப் போர் முழுவதும் ஜார்ஜ் வாஷிங்டனின் பக்கம் பணியாற்றியதாலும் சில சமயங்களில் ஜார்ஜ் வாஷிங்டனுக்கு அடுத்தபடியாக சித்திரங்களில் சித்தரிக்கப்படுவதாலும் லீ அவரது காலத்தில் மிகவும் விளம்பரப்படுத்தப்பட்ட ஆப்பிரிக்கா அமெரிக்கர் களில் ஒருவராக இருந்தார்.

1750 மே 27ல் பிறந்த லீயை 1768ல் அவரது இளமைக் காலத்தில் ஜார்ஜ் வாஷிங்டனால் அடிமையாக வாங்கப்பட்டார்.

வர்ஜீனியாவின் வெஸ்ட் மோர்லேண்ட் கவுண்டியின் மறைந்த கர்னல் ஜான் லீயின் தோட்டத்திலிருந்து அறுபத்தோரு பவுண்டுக்கு வாங்கப் பட்டார். வில்லியம் தனது முந்தைய உரிமையாளரிடமிருந்து லீ என்ற குடும்பப் பெயரை வைத்திருந்தார்.

அதே நேரத்தில் வில்லியமின் இரு சகோதரர்களையம் வாஷிங்டன் அதிக விலை கொடுத்து வாங்கியிருந்தார்.

வாஷிங்டனின் நீண்ட தலைமுடியைத் துலக்குவது மற்றும் தலைக்கு பின்னால் கட்டுவது போன்ற வேலைகளை லீ செய்தார்.

வாஷிங்டன் நரி வேட்டை ஆடுவதில் பிரியம் கொண்டிருந்தார். மேலும், லீ அவரது வேட்டையாடுபவர் ஆனார். அவரது வேட்டை நாய்களின் பாது காவலராகவும் இருந்தார்.

வில், வேட்டையாடுதல், குதிரை சவாரி என அனைத்து சாகசங்களும் நிறைந்த உதவியாளராக லீ வாஷிங்டனுடன் இருநதார்.

லீயின் மனைவி மார்கரெட் தாமஸ் லீ பிலாடெல்பியாவைச் சேர்ந்த ஒரு சுதந்திர ஆப்பிரிக்க அமெரிக்கர். இவர் போரின்போது வாஷிங்டனின்

தலைமையகத்தில் பணியாளராகப் பணி புரிந்தார்.

அடிமைத் திருமணங்கள் வர்ஜீனிய சட்டத்தால் அங்கீகரிக்கப்படவில்லை. ஆனால், 1784-ல் இந்த லீ தம்பதியினரின் வேண்டுகோளின் பேரில் வாஷிங்டன், மார்கரெட் தனது கணவருடன் சேர்ந்து வாழ, மவுண்ட் வெர்னனுக்கு செல்ல ஏற்பாடு செய்தார்.

1799ல் வாஷிங்டன் இறந்தபோத அவர் தனது விருப்பப்படியே லீயை விடுவித்தார். வாஷிங்டன் உயிலின் விதிமுறைகளின்படி அவரது மனைவி மார்த்தா வாஷிங்டன் இறந்தவுடன் அவரது மீதமுள்ள அடிமைகள் விடுவிக்கப்பட்டனர்.

ஜார்ஜ் வாஷிங்டனின் வாழ்நாளில் அடிமைத்தனம் வர்ஜீனியாவின் பொருளாதாரம் மற்றும் சமூகக் கூட்டமைப்பில் ஆழமாக வேரூன்றி இருந்தது.

அமெரிக்கப் புரட்சிக்கு முன் பதின்மூன்று காலனிகள் அனைத்திலம் அடிமைத்தனம் சட்டப்பூர்வமாக இருந்தது.

அடிமைப்படுத்தப்பட்ட ஆப்பிரிக்க அமெரிக்கர்களை வாஷிங்டன் சொந்தமாக வைத்திருந்தார். மேலும், அவரது வாழ்நாளில் 577 அடிமைகள் மவுண்ட் வெர்னானில் வாழ்ந்து பணிபுரிந்தனர். அவர் மரபுரிமை மூலம் அவர்களைப் பெற்றார்.

மார்த்தா உடனான அவரது திருமணத்தின்போது 84 அடிமைகளை வாங்கினார். மேலும், 1752 மற்றும் 1773க்கு இடையில் குறைந்தபட்சம் 571 அடிமைகளை வாங்கினார்.

அடிமைத்தனம் பற்றிய அவரது ஆரம்பக் கருத்துக்கள் அந்தக் காலத்தின் எந்த வர்ஜினியா தோட்டக்காரர்களிடமிருந்தும் வேறுபடவில்லை.

பெரும்பாலான வரலாற்றாசிரிர்கள் அடிமைத்தனம் மீதான வாஷிங்டனின் மனப்பான்மையின் பரிணாம வளர்ச்சிப் பாதையில் புரட்சி மையமாக இருந்தது என்பதை ஒப்புக் கொள்கிறார்கள்.

வாஷிங்டன் தனது அடிமைகளுக்கு உணவு, உடை வழங்குவதில் மிகவும் சிக்கனத்தைக் கையாண்டார் என்றும் தனது அடிமைகள் மீது கடுமையான கட்டுப்பாட்டைப் பேணினார் என்றும் வரலாற்றாசிரியர் கென்னத் மோர்கன் கூறுகிறார்.

ஜார்ஜ் வாஷிங்டன் அதிபராக இருந்தபோது தனது அடிமைகள் பலரையும் அவரது குடும்பத்தனரையும் கூட்டாட்சி தலை நகருக்கு அழைத்து வந்தார்.

அமெரிக்கப் புரட்சிப் போரின்போது வாஷிங்டன் அடிமைத்தனம் பற்றிய தனது கருத்துக்களை மாற்றத் தொடங்கினார். 1780களின்போது அடிமைகளின் படிப்படியான விடுதலைக்கு வாஷிங்டன் தனிப்பட்ட முறையில் தனது ஆதரவை வெளிப்படுத்தினார்.

1783 மற்றும் 1786க்கு இடையில் நிலத்தை வாங்குவதற்கும் அதில் வேலை செய்வதற்கான அடிமைகளை விடுவிப்பதற்கும் முன்மொழிந்த திட்டத்திற்கு தனது தார்மீக ஆதரவை வழங்கினார்.

1789-ஆம் ஆண்டு ஜனாதிபதி பதவிக்கு முன்னதாக தனது அடிமைகளை விடுவிப்பதன் மூலம் வாஷிங்டன் ஒரு பகிரங்க அறிக்கையை வெளியிட நினைத்தார்.

வாஷிங்டன் அவர் பெற்ற அடிமைத்தன எதிர்ப்பு மனுக்கள் எதற்கும் பதிலளிக்கவில்லை. மேலும், அவர் ஆற்றிய கடைசி உரையிலோ அல்லது அவரது பிரியாவிடை உரையிலோ இந்த விசயம் பற்றி குறிப்பிடவில்லை.

21-ஆம் நூற்றாண்டில் வாஷிங்டனின் நற்பெயர் விமர்சன ரீதியாக ஆராயப்பட்டது. பல்வேறு ஸ்தாபக பதாக்களுடன் சேர்ந்து, அடிமைப் படுத்தப்பட்ட மனிதர்களை வைத்திருப்பதற்காக அவர் கண்டனம் செய்யப் பட்டுள்ளார்.

சட்டத்தின் மூலம் அடிமைத்தனத்தை ஒழிக்க வேண்டும் என்ற விருப்பத்தை அவர் வெளிப்படுத்திய போதிலும் அதன் முடிவைக் கொண்டு வருவதற்கான எந்த முயற்சியையும் அவர் தொடங்கவில்லை அல்லது ஆதரிக்கவில்லை.

இது பொதுக் கட்டிடங்களில் இருந்து அவரது பெயரையும், பொது இடங் களில் இருந்து அவரது சிலையையும் அகற்ற சில ஆர்வலர்களிடமிருந்து கோரிக்கை விடுக்கப்பட்டது.

சுதந்திர அமெரிக்காவை உருவாக்கிய வல்லமை பெற்றவர் ஜார்ஜ் வாஷிங்டன். அமெரிக்காவின் தந்தை என்றும் முதல் ஜனாதிபதி என்றும் அழைக்கப் பெறும் பெருமை பெற்றவர் ஜார்ஜ் வாஷிங்டன்.

அமெரிக்காவின் பெடரல் கட்சியில் அங்கம் வகித்தவர். அமெரிக்காவின் வெள்ளை மாளிகையை உருவாக்கும் கட்டுமானப் பணிக்கு வித்திட்டவர் இவர்.

போட்டியின்றி தேர்வு செய்யப்பட்ட ஜனாதிபதி என்ற சிறப்புக்குரிய ஜார்ஜ் வாஷிங்டன் அமெரிக்காவின் ஜனாதிபதியாக 21.4.1789 முதல் 3.3.1797 வரையில் பதவி வகித்தார்.

வாஷிங்டனின் தந்தையின் பெயர் அகஸ்டின் வாஷிங்டன். ஜார்ஜ் வாஷிங்டனுக்கு இரண்டு சகோதரிகள் மற்றும் மூன்று சகோதரர்கள் இருந்தனர்.

ஜார்ஜ் வாஷிங்டனின் முன்னோர்கள் இங்கிலாந்து அமைந்துள்ள வர்ஜீனியா பகுதியிலிருந்து 1756-ஆம் ஆண்டு அமெரிக்காவில் குடியயேறிய தாகக் கூறப்படுகிறது.

குடும்ப சூழ்நிலை காரணமாக 15ஆம் வயதிலேயே இவரது படிப்பு நிறுத்தப்பட்டது. இவரது இருபத்தாறாவது வயதில் மார்த்தா டாண்ட்ரிஜ் கஸ்டிஸ் என்ற விதவைப் பெண்ணைத் திருமணம் செய்து கொண்டார்.

ஜார்ஜ் வாஷிங்டன் தனது ஊரில் ஒரு நில அளவையாளரிடம் உதவியாள ராக பணியாற்றிக் கொண்டிருந்தார். அச்சமயம் அமெரிக்காவுக்கும் பிரான்சுக்குமிடையே போர் நடந்து கொண்டிருந்தது. இதன் தாக்கத்தால் ஜார்ஜ் வாஷிங்டன் ராணுவத்தில் சேர்ந்தார். இவர் 1753 முதல் 1758 வரை இராணுவத்தில் பணிபுரிந்தார்.

சிவப்பிந்திய போரிலும் பிரெஞ்சுப் போரிலும் தீவிரம் காட்டிய இவர் அதில் புகழ் பெற்றார்.

1758ல் சில காரணங்களினால் வாஷிங்டன் இராணுவத்திலிருந்து விலகினார். தொழில்துறையில் ஈடுபட்டு அமெரிக்க குடியேற்ற நாடுகளில் இவர் பெரும் பணக்காரராகத் திகழ்ந்தார்.

அரசியலில் ஈடுபட்டு சிறந்து விளங்கிய வாஷிங்டன் முதல் அமெரிக்கப் புரட்சிப் பேரவை கூட்டத்திற்கு வர்ஜீனியா சார்பில் பங்கேற்றார். இராணுவத்தின் தளபதியாகவும் தேர்ந்தெடுக்கப்பட்டார் வாஷிங்டன்.

அமெரிக்கச் சுதந்திரப் போராட்டத்தின்போது ஊதியம் எதுவும் பெற்றுக் கொள்ளாமல் பணியாற்றினார் வாஷிங்டன். முதல் அமெரிக்கச் சுதந்திரப்

போராட்டத்தில் வெற்றிகரமான இராணுவத் தளபதியாக செயல்பட்டார்.

அமெரிக்காவின் அரசியல் அமைப்பை உருவாக்கும் தலைவராகத் தேர்வு செய்யப்பட்டார் இவர்.

அமெரிக்க ஐக்கிய நாடுகளின் முதல் குடியரசுத் தலைவராகத் தேர்ந்தெடுக்கப்பட்ட பெருமைக்குரியவரானார் ஜார்ஜ் வாஷிங்டன்.

1789-ஆம் ஆண்டு ஏப்ரல் மாதம் *30*-ஆம் தேதி நியூயார்க் நகரிலுள்ள ஃபெடரல் ஹால் அரங்கில் இவர் அமெரிக்காவின் முதல் ஜனாதிபதியாகப் பதவியேற்றார். இதனைத் தொடர்ந்து இரண்டாம் முறையும் ஜனாதிபதி யாகத் தேர்ந்தெடுக்கப்பட்டார்.

போருக்குப் பின் அமெரிக்காவின் அரசியல் சாசனம் எழுதும் நிபுணர் களின் குழுவுக்குத் தலைமை பொறுப்பு ஏற்றுக் கொண்டார். அமெரிக்காவின் முதல் நிர்வாக அத்தியாயம் எழுதும் பொறுப்பில் வாஷிங்டன் திறமையுடன் திகழ்ந்தார்.

ஆட்சிக் காலத்தில் அரசியல் சாசனத்திற்கு புறம்பாக ஏதேனும் தவறுகள் நடந்தால் அரசியல் சாசனம் விதிக்கும் தண்டனையைத் தவிர இங்கு கூடியுள்ள உங்களாலும் தண்டிக்கப்படுவேனாக என்று இரண்டாம் முறை ஜனாதிபதியாக பதவியேற்றபோது வாஷிங்டன் உறுதிமொழி ஏற்றுக் கொண்டார்.

ஜனாதிபதி அலுவலகம், நாடாளுமன்றம், உச்சநீதிமன்றம் இவற்றின் அதிகார வரம்புகளை ஜார்ஜ் வாஷிங்டன் சரியாகத் தீர்மானித்தார்.

ஜார்ஜ் வாஷிங்டனின் அமைச்சரவையில் அலெக்சாஸ்டர் ஹாமில்ட்டன் நிதியமைச்சராகவும், வெளியுறவு அமைச்சராக தாமஸ் ஜெஃபர்ஸன் ஆகி யோரும் முறையான ஒத்துழைப்பு தராததால் ஃபெடரல் ஆட்சி இரண்டாக உடைந்து ஜனநாயகக் கட்சி, குடியரசுக் கட்சி என பிளவுபட்டது.

இவரது ஆட்சிக்காலத்தில் வட ஆப்பிரிக்கக் கடற்பகுதிகளில் கடற் கொள்ளையர்கள் கப்பல்களை கொள்ளையடிப்பதோடு அமெரிக்கர்களைப் பிணையக் கைதிகளாகவும் பிடித்துக் கொண்டு நிறைய தொல்லைகள் கொடுத்து வந்தனர்.

இவர்களைக் கட்டுப்படுத்துவதில் தோல்வியுற்று பிணைத் தொகை கொடுக்கும் நிலை உருவானது.

மேலும், இந்த நிதியிழப்பினைத் தொடர்ந்து வரி விதிப்புப் போராட்டம் மற்றும் உள்நாட்டுப் பிரச்சினைகள் தலை தூக்கியபோது வாஷிங்டனால் எதையும் கட்டுப்படுத்த முடியவில்லை.

இந்நிலையில் வாஷிங்டன் தனது பதவியினை ராஜினாமா செய்து விட்டார்.

பதவியிலிருந்து விலகிய நிலையில் பொதுவாழ்வில் தன்னை ஈடுபடுத்திக் கொண்டு அமெரிக்காவின் பன்முகப் பணிகளில் தனது காலத்தைக் கழித்தார்.

1799-ஆம் ஆண்டு டிசம்பர் மாதம் 14-ஆம் நாள் தமது 67வது வயதில் ஜார்ஜ் வாஷிங்டன் காலமானார்.

25

காலனி ஆதிக்கக் காலத்திய நிறப்பாகுபாடு இனங்கள்

பொதுவாக ஆஸ்டிரலாய்டு மக்கள் மெலனீசியா மற்றும் ஆஸ்திரேலியப் பகுதிகளில் பூர்வகுடிகள் ஆவர்.

இவ்வின மக்கள் தெற்காசியா மற்றும் தென்கிழக்காசியாவிலும் காணப்படுகின்றனர். பல மானுடவியல் அறிஞர்கள் பப்புவா நியூகினியாவின் பூர்வகுடிகள் மற்றும் ஆஸ்திரேலியப் பழங்குடிகளையும் மற்றும் பிஜி தீவு, நியுகலிடோனியா, வதுவாட்டு சாலமன் தீவுகளில் வாழும் பூர்வகுடிமக்களையும் ஆஸ்டிரலாய்டு இனத்தில் சேர்க்கின்றனர். இதில் திராவிடர்களையும் சிங்களவர்களையும் எந்த இனத்திலும் சேர்க்கவில்லை என்பது குறிப்பிடத்தக்கது.

பதினெட்டாம் நூற்றாண்டில் காலனியாதிக்கக் காலத்தில் மானிடவியல் அறிஞர்கள் மனித இனத்தை மூன்றாக அல்லது நான்காக வகைப்படுத்தினர்.

மஞ்சள் நிறத்தோல் கொண்டவர்கள்ள மங்கோலாய்டுகள் என்றும், வெள்ளை நிறத்தோல் கொண்டவர்களை காக்சாய்டுகள் என்றும், கருப்பு நிறத்தோல் கொண்டவர்களை நீக்ராய்டுகள் என்றும் வகைப்படுத்தினர்.

மரபியல் வளர்ச்சியடைந்த பின்னர் அனைத்து வகையான மனிதர்களும் மரபியல் அடிப்படையில் ஒரே மக்கள் என்று கண்டறிந்தனர். *2019-ல்*

அமெரிக்காவின் உடல் மானுடவியலாளர்கள் சங்கத்தினர் மனித வாழ்வியலின் இயற்கையின் அம்சங்களான இனங்கள் மீதான நம்பிக்கைகளிலிருந்து வெளிப்படும் சமத்துவமின்மை (இனவெறி) கட்டமைப்புகள் இன்றும் சேதப்படுத்தும் கூறுகளாகக் கருதப்படுகின்றன.

மங்கோலிய இனம் என்பது கிழக்கு ஆசியா, நடு ஆசியா, தென்கிழக்கு ஆசியா, வடக்கு ஆசியா, பாலினேசியா மற்றும் அமெரிக்கக் கண்டங்கள் ஆகியவற்றைப் பூர்வீகமாகக் கொண்ட பல்வேறு மக்களின் ஒரு குழுவாகும்.

பாரம்பரியமாகக் காணப்படும் மூன்று இனங்களில் மங்கோலிய இனமும் ஒன்றாகும். இது கோட்டிஞ்சன் வரலாற்றுப் பள்ளியின் உறுப்பினர்களால் முதன் முதலில் 1780களில் மனித இன வகைப்பாடு அறிமுகம் செய்யப் பட்டது.

மற்ற இரண்டு குழுக்கள் காக்சிய இனம் மற்றும் கருப்பினமாகும்.

19-ஆம் நூற்றாண்டில் மரபியல் அடிப்படையில் அனைத்து மாந்தரும் ஒரே இனத்தவர் எனக் கண்டறிந்தனர். எனவே, மனித இனத்தை வகைப் படுத்திப் பார்க்கும் போக்கு தற்போது இல்லை.

காக்கேசிய இனம் என்ற சொல் ஐரோப்பா, வட ஆப்பிரிக்கா, வட கிழக்கு ஆப்பிரிக்கத் தீபகற்பம், மேற்கு ஆசியா, மத்திய ஆசியா மற்றும் தெற்கு ஆசியா ஆகிய இடங்களில் வாழும் சில மக்கள் அல்லது அனைத்து மக்களின் இனம் அல்லது தோற்ற அமைப்புகளைக் குறிக்கிறது.

ஒரு இனத்திற்கும் மற்றொரு இனத்திற்கும் உள்ள மேன்மையை நிலை நாட்டும் அறிவியல் சார்ந்த இனப்பாகுபாடு கோட்டில் இந்த வகைப் படுத்துதல் பயன்படுத்தப்படுகிறது.

வழக்கமாக வெள்ளையர் என்பது மிகவும் கட்டுப்படுத்தப்பட்ட கருத் துடனும் குறிப்பாக அமெரிக்க ஒன்றிய சூழலில் வெள்ளை அமெரிக்கர் எனப்படுகிறது.

காக்கேசிய இனம் அல்லது வெரிடாஸ் காக்கேசிய என்ற கோட்பாடானது ஜெர்மன் அறிவியலாளர் மற்றும் பண்டைய இன நூலருமான ஜோஹான் ப்ரெடரிச் புளுமென் பார்க் மூலமாக தோராயமாக 1800-ஆம் ஆண்டுகளில் உருவாக்கப்பட்டது.

புளூமென் பெர்க்தான் ஆதி வகையினராகக் கருதும் காக்கேசிய மக்களுக்கு இப்பெயரை இட்டார்.

அவரது வகைப்படுத்துதலானது காக்கேசிய இனத்தின் மண்டை ஓட்டியலை முதன்மையாக சார்ந்திருந்தது.

மங்கோலிய இனம் மற்றும் நீக்ராய்டு இனம் ஆகியவற்றுடன் காக்கேசாய்டு இனம் மிகப்பெரிய இனங்களில் ஒன்றாக நம்பப்படுகிறது.

காக்கேசாய்டு இனமானது ஏராளமான உள் இனங்களை உள்ளடக்கியது. காக்கேசாயிடு மக்கள் வழக்கமாக மொழி சார்ந்த பிரதேசங்களைக் கொண்டு மூன்று வகையாகப் பிரிக்கப்படுகின்றனர்.

ஆரிய இனம் - இந்தோ - ஐரோப்பிய மொழிகளைத் தாய்மொழியாகக் கொண்டவர்கள். செமித்திய இனம் - செமித்திய மொழிகளைத் தாய்மொழி யாகக் கொண்டவர்கள். மற்றும் ஹாமிடிக் இனம் - எகிப்திய மொழிகளைத் தாய்மொழியாகக் கொண்டவர்கள் ஆகியவையாகும்.

பல்வகையில் இதனை உண்மையென ஏற்றுக் கொள்ளப்பட்ட இந்த உள் இனங்கள் நூலாசிரியர்களைப் பொறுத்தமட்டில் வேறுபடுகின்றன.

கபாலத்தின் வடிவம் மூலமாகவும் மற்றொரு வழியில் உள் இனங்கள் வகைப்படுத்தப்படுகின்றன.

19-வது நூற்றாண்டு இந்திய மக்களை வகைப்படுத்தலில் அவர்கள் ஆஸ்ட்ராலாய்டாக காக்கேசியர் அல்லாத திராவிடர்களாக அல்லது திராவிட இனமாகக் கருதப்பட்டனர்.

மேலும், உயர்சாதி காக்கேசிய்டு ஆரியர்கள் மற்றும் உள்நாட்டு திராவிடர் களுடன் குலக்கலப்பு மாறல் விகிதத்தைக் கொண்டிருப்பதாகவும் ஊகம் செய்யப்பட்டனர்.

ஜார்ஜ் கில் மற்றும் பிற நவீன தடயவியல் மானுடவியலாளர்களின் கூற்றுப்படி காகசாய்டு கிரானியாவின் உடல் பண்புகளைக் குறிப்பிட்ட நோயறிதல் உடற்கூறியல் அம்சங்களின் வடிவங்களின் அடிப்படையில் மங்கோலாய்டு மற்றும் நீக்ராய்டு இனக்குழுக்களிடமிருந்து வேறு படுத்தலாம்.

95% வரை துல்லியத்துடன் ஒரு காகசாய்டு மண்டை ஓட்டை அடையாளம் காண முடியும் என்று அவர்கள் வலியுறுத்துகின்றனர்.

பல்வேறு மரபணு மற்றும் மானுடவியல் ஆய்வுகள் மூலம் மனித மக்கள் குழுக்கள் இருப்பதை உறுதி செய்கின்றன.

காக்சாய்டு மாடவியல் குழு தனித்துவமான மரபணு பண்புகளைக் கொண்டிருப்பதாக யுவான் 2019 கண்டறிந்தது. இது காகசாய்டு இனத்தின் கருத்துக்கு ஒத்திருக்கிறது.

இந்தியாவிற்கும் மத்திய கிழக்கிற்கும் இடையிலான ஒரு பிராந்தியத்தில் காகசாய்டு இனத்திற்கான தோற்றத்தை அவர்கள் முன்மொழிகின்றனர்.

அமெரிக்க ஒன்றியத்தின் காகசியர் என்ற சொல்லானது அரசாங்கம் மற்றும் மக்கள் தொகைக் கணக்கு பணியகத்தின் மூலமாக வரையறுக்கப் பட்டுள்ளதன்படி, வெள்ளை அமெரிக்கர்கள் என்று பொதுவாக அழைக்கப் படும் இனப்பிரிவை விளக்குவதற்காகவே முக்கியமாகப் பயன்படுத்தப் படுகிறது.

1965-ஆம் ஆண்டுகளுக்கிடையில் அமெரிக்க ஒன்றியத்திற்கு குடி பெயர்வது தேசியப் பூர்வீக பங்கு மூலமாகக் கட்டுப்படுத்தப்பட்டது.

அமெரிக்க ஒன்றியத்தின் தேசிய மருத்துவ நூலகம், கடந்த கால இனமாக காக்கேசியர் என்ற சொல்லைப் பயன்படுத்தியுள்ளது.

ஆனால், இனம் என்ற சொல்லின் மூலமாகப் புதிய பிரச்சினைகளைத் தவிர்ப்பதற்கு அச்சொல்லைப் பயன்படுத்தியதை நிறுத்திவிட்டு 'ஐரோப்பியர்' என்ற சொல்லை வழக்கத்திற்குக் கொண்டு வந்தது.

நீக்ராய்டுகள் அல்லது கருப்பினத்தவர்கள், ஆப்பிரிக்கா கண்டத்தைப் பூர்வீகமாகக் கொண்டவர்கள். அடர்நிற கருப்புத்தோல், கருப்பு நிற சுருண்ட தலை முடி, தடித்த உதடு, வட்டமான கன்னம், அகலமான மற்றும் தட்டை யான மூக்கு அமைப்பு மற்றும் மண்டையோடு நீள் குறுந்தலையாகவும், பின்பகுதி நீண்ட அமைப்பு கொண்ட கறுப்பின மக்கள் ஆவார்.

உலகின் நான்கு பெரிய இன மக்களில் இவர்களும் ஒருவர் ஆவர். கறுப்பினத்தவர்கள் தற்போது நீக்ராய்டுகள் ஆப்பிரிக்கா, வட அமெரிக்கா, ஐரோப்பா மற்றும் ஆசியா கண்டங்களில் பரவி வாழ்கின்றனர்.

19-ஆம் நூற்றாண்டில் மரபியல் அடிப்படையில் அனைத்து மாந்தரும் ஒரே இனத்தவர் எனக் கண்டறிந்தனர்.

ஆங்கில மொழியில் நீக்ரோ என்பதற்கு ஆப்பிரிக்கக் கறுப்பின மக்களான நீக்ராய்டுகளைக் குறிக்கும்.

தற்போது அமெரிக்காவில் இச்சொல்லாடல் தவிர்க்கப்பட்டு ஆப்பிரிக்க அமெரிக்கர்கள் என அழைக்கப்படுகிறது.

முதன் முதலில் 1442-ல் போர்த்துக்கீசிய கடலோடியான வாஸ்கோட காமா தென்னாப்பிரிக்காவைச் சுற்றி இந்தியாவுக்கு கடல் வழியை கண்டுபிடிக்க முயன்றார்.

அப்போது போர்த்துகீசியர்கள் சந்தித்த ஆப்பிரிக்க கறுப்பின மக்களை நீக்ரோ என்றழைத்தனர்.

போர்த்துகீசியம் மற்றும் ஸ்பானிய மொழிகளில் நீக்ரோ என்பதற்கு கறுப்பு என்று பொருள்.

இலத்தீன் சொல்லான நைஜர் என்பதிலிருந்து நீக்ரோ எனும் சொல் பெறப்பட்டது. இதற்கும் கறுப்பு எனப் பொருள்படும்.

மேற்கு ஆப்பிரிக்காவின் மக்களான நீக்ரோஸாண்ட் என்ற பெயரிடப் பட்ட பழைய வரைபடங்களில் பயன்படுத்தப்பட்டது. நைஜர் ஆற்றின் குறக்கே நீண்டுள்ளது.

18-ஆம் நூற்றாண்டு முதல் 1960களின் பிற்பகுதிவரை நீக்ரோ எனும் சொல் கறுப்பு ஆப்பிரிக்க வம்சாவளியைச் சேர்ந்த மக்களுக்கு சரியான ஆங்கில மொழிச் சொல்லாகக் கருதப்பட்டது.

ஆக்ஸ்போர்டு அகராதியில் தற்போது பிரித்தானிய மற்றும் அமெரிக்க ஆங்கிலம் இரண்டிலும் நீக்ரோ என்ற சொல் பயன்படுத்தப்படுவதில்லை.

கறுப்புத் தோல் கொண்ட அமெரிக்கவாழ் ஆப்பிரிக்க வழித் தோன்றல் களை நீக்ரோக்கள் என அழைப்பது மிகவும் கண்ணியக் குறைவான சொல்லாக இருந்தது.

அதேசமயம் நீக்ரோக்களின் கறுப்புத் தோல் மிகவும் தாக்குதலாகக் கருதப்பட்டது. தென் கரோலினாவின் நீக்ரோ சட்டம் 1848, நீக்ரோ என்ற சொல் அடிமை ஆப்பிரிக்கர்கள் மற்றும் அவர்களின் வழித்தோன்றல்களுக்கு

மட்டும் குறிப்பிடப்பட்டது.

தாராளவாத கலைக் கல்வியை ஆதரிப்பதற்காக அமெரிக்க நீக்ரோ அகாடமி 1897-ல் நிறுவப்பட்டது. 1914ல் யுனிவர்சல் நீக்ரோ இம்ப்ரூவ் மெண்ட் அசோசியேஷன் நிறுவப்பட்டது.

நீக்ரோ வேர்ல்ட் (1918) நீக்ரோ ஃபேக்டாரீஸ் கார்ப்பரேன் (1919) மற்றும் உரிமைகளின் பிரகடனம் போன்ற கறுப்பு தேசியவாதிகள் மற்றும் பான் - ஆப்பிரிக்கவாத அமைப்புகளின் பெயர்களில் மார்கஸ் கார்வே இந்தச் சொற்களைப் பயன்படுத்தினார்.

இருப்பினும் 1950 மற்றும் 1960களில் அமெரிக்கக் கருப்பினத் தலைவரக்ள் தங்களை இரண்டாம் தர குடிமக்கள் என நினைத்து நீக்ரோ என அழைப்பதைக் கடுமையாக எதிர்த்தனர்.

பிற்கால கருப்பின மக்களின் சிவில் உரிமைகள் இயக்கத்திற்குப் பிறகு 1960களின் பிற்பகுதி வரை நீக்ரோ என்பது சாதாரணமாக ஏற்றுக் கொள்ளப் பட்டது.

மார்ட்டின் லூதர் கிங் 1968-ஆம் ஆண்டில் தனது புகழ் பெற்ற ஐ ஹேவ் எ ட்ரீம் சொற்பொழிவில் நீக்ரோ என்று தம்மை அடையாளம் காட்டினார்.

இருப்பினும் 1950 மற்றும் 1960களில் சில கறுப்பின அமெரிக்கத் தலைவர் கள், குறிப்பாக மல்கம் எக்ஸ் என்பவர், ஆப்பிரிக்க கறுப்பினத்தவரைக் குறிக்கும் நீக்ரோ என்ற சொல்லை எதிர்த்தனர்.

ஏனெனில் அவர்கள் அச்சொல்லை அடிமைத்தனம், பிரித்தல் மற்றும் பாகுபாடு ஆகியவற்றின் நீண்ட வரலாற்றோடு தொடர்புடையதுடன் இச்சொல் ஆப்பிரிக்க அமெரிக்கர்களை இரண்டாம் தர குடிமக்களாகக் கருதியது.

மால்கம் எக்ஸ் என்ற கறுப்பினத் தலைவர் தங்களை நீக்ரோ என்றழைப் பதை கறுப்பின மக்கள் என அழைக்கப்படுவதை விட விரும்பினார்.

பின்னர் அவர் நீக்ரோ மக்களை ஆப்பிரிக்க அமெரிக்கர்கள் அல்லது கருப்பு அமெரிக்கர்கள் எனும் சொல்லால் அழைக்கப்பட விரும்பினார்.

1960களின் பிற்பகுதியிலிருந்து நீக்ரோக்கள் குறித்து வேறு பல சொற்கள் பிரபலமான பயன்பாட்டில் மிகவும் பரவலாகப் பயன்படுத்தப்பட்டது.

இவற்றில் கருப்பர்கள், கறுப்பு ஆப்பிரிக்கர்கள், ஆப்பிரிக்க அமெரிக்கர்கள் என்ற சொல் 1960களின் பிற்பகுதியிலிருந்து 1990வரை பயன்பாட்டில் இருந்தது.

நீக்ரோ எனும் சொல் இன்னும் சில வரலாற்றுச் சூழல்களில் பயன்படுத்தப்படுகிறது. அதாவது நீக்ரோ ஆன்மீகம் என்றழைக்கப்படும் பாடல்கள் 20-ஆம் நூற்றாண்டின் முற்பகுதி மற்றும் நடுப்பகுதியில் பேஸ்பால்லின் நீக்ரோலீக்குகள் போன்ற அமைப்புகளில் பயன்படுத்தப் பட்டது.

26

கனடாவில் செவ்விந்தியர் நிலை

13000 ஆண்டுகளுக்கு முன்னர் பெரிங் கடல் இன்னும் உறை பனியாக இருந்த நாட்களில் சொந்த நிலத்திலிருந்து வெளியேறி வேட்டையின் நிமித்தம், பெரிங் கடலினூடே நடந்து அலாஸ்கா வினூடே வட அமெரிக்காவையும் தென் அமெரிக்காவையும் நிரப்பிய இனம்தான் செவ்விந்திய இனம்.

இன்று ஒருவரையொருவர் புரிந்து கொள்ளவோ ஏற்றுக் கொள்ளவே முடியாதிருப்பவர்கள்தான் இந்தச் செவ்விந்தியர்கள்.

நாகரீகமடைந்த கனடா, அமெரிக்கா போன்ற நாடுகளில் மற்றைய மேற்குலக நாட்டார்போல வாழ்ந்தாலும் தமக்கென்று தனிமையான சில சிறப்புக்குடியியல் அமைப்புகளையே கொண்டு வாழ்ந்து வருகிறார்கள் இவர்கள்.

தெற்கில் கொலம்பியா, வெனீசுலா போன்ற நாடுகளில் பெரும்பான்மை யாக வாழ்கிறார்கள். ஆனால், வறுமையுடன் வாழ்கிறார்கள்.

செவ்விந்தியர்கள் வடக்கே, வட துருவத்துக்கு அருகே அலாஸ்காவி லிருந்து தெற்கே தென்துருவத்துக்கு அருகே தியராடெல் ஃபியூகோ வரை வாழ்கிறார்கள். நூறாயிரம் மொழிகளுக்கு மேல் பேசுகிறார்கள்.

அமேசான் காடுகளில் ஆடையணியாமல் வாழும் இன்னொரு இனமாகவும் வாழ்ந்து வருகிறார்கள்.

அமெரிக்காவில் செவ்விந்தியர்கள் இனவழிப்பு செய்யப்பட்ட வரலாறு வெளியுலகுக்குத் தெரிந்த அளவுக்குக் கனடாவில் நடந்த செவ்விந்திய இனப்படுகொலையும் இனவழிப்பும் பற்றி வரலாற்றில் போதிய பதிவு இல்லை.

நீண்ட காலமாக கனடா அரசு தனது கடந்த கால இனவெறிக் கொள்கையை மூடி மறைத்து வந்தது.

கனடா ஒரு குடியேற்ற நாடுதான். ஆனால், குடியேறுவதற்கு முன் அந்தப் பூமி மனிதர்கள் வாழாத வனாந்தரமாக ஒன்றும் இல்லை என்பதைப் புரிந்து கொள்ள வேண்டும். அங்கு ஒரு காலத்தில் கோடிக்கணக்கான பழங்குடி இன மக்கள் வாழ்ந்து வந்தனர். அவர்களில் பெரும்பான்மையோர் இனமழிப்பு செய்யப்பட்டனர் என்பது வரலாறு.

செவ்விந்திய இனக்குழுக்களும், கலப்பின வம்சாவளியினரும், எஸ்கி மோக்கள் எனும் துருவப்பகுதி மக்களும் தனித்தனியாக பிரதேசங்களாக வாழ்ந்த பூமி அது.

ஆனால், கனடா அரசு அந்தப் பூர்வகுடிகளை அழித்தொழித்தது மில்லாமல், அவர்களை சமூகத்திலிருந்து ஒதுக்கி சித்ரவதை செய்து வருகிறது. அவர்களைக் குற்றச் செயலுக்குரியவர்களாக பெரும்பாலானோரை சிறையில்தான் வைத்திருக்கிறது.

கனடா அரசின் பூர்வகுடிகளின் இனமழிப்பு 1844-ஆம் ஆண்டு முதலிலேயே துவங்கிவிட்டது. பெற்றோர்களிடமிருந்து கட்டாயமாகப் பிரித்து எடுத்துச் செல்லப்பட்ட பூர்வ குடிகளின் குழந்தைகள் அரசின் விடுதிப் பாட சாலையில் சேர்க்கப்பட்டார்கள்.

அங்கே வளர்ந்த பூர்வகுடிக் குழந்தைகளை சொல்லெண்ணா துன்பங் களுக்கு ஆளாக்கினார்கள். அவர்கள் மீதான பாலியல் பலாத்கார கொடுமை களுக்கு ஆளான குழந்தைகள் தப்பியோடும் முயற்சியில் கொலை செய்யப் பட்டனர். இன ஒதுக்கல் கொள்கை கொண்ட அந்த விடுதிப்பாட சாலைகள் 1996-ல் மூடப்பட்டன.

27

செவ்விந்தியரின் ஜிங்கு தேசியப் பூங்கா

பதினான்கு இனப்பிரிவுகளைச் சேர்ந்த சுமார் 3600 செவ்விந்தியருக்கு வீடாகத் திகழ்கிறது. ஜிங்கு தேசியப் பூங்கா.

பிரேசில் நாட்டின் மாடோக்ரோசா மாகாணத்தில் உள்ளது இந்த தேசியப் பூங்கா. இது சுமார் 27000 சதுர கி.மீட்டர் பரப்பளவைக் கொண்டது. இது கிட்டத்தட்ட பெல்ஜாம் நாட்டின் பரப்பளவைக் கொண்டது.

செயற்கை கோள் மூலம் எடுக்கப்பட்ட புகைப்படத்தில் இராட்சத பில்லியட் மேஜை போல் தெரிகிற பகுதிக்கு நடுவே பசுமை கொஞ்சும் தீவு போல இது காட்சியளிக்கிறது.

பெரும் லாபம் ஈட்டித்தரும் மரங்களை வியாபாரிகள் வெட்டியெடுப்பதற்கு வசதியாக இதனைச் சுற்றியிருக்கும் காடுகள் எரிக்கப்பட்டுள்ளன. அல்லது கூட்டம் கூட்டமாக வருகிற கால்நடைகள் மேய்வதற்கு ஏற்ற புல்வெளியாக மாற்றப்பட்டுள்ளன.

1960களில் பிரேசில் நாட்டு அரசாங்கம் செவ்விந்தியருக்கென தனி ஒதுக்கீட்டுப் பகுதிகளை அமைத்துக் கொடுக்கத் துவங்கியது.

முக்கியமாக அமேசான் பிராந்தியத்தில் உள்ள இந்த ஒதுக்கீட்டுப் பகுதிகள் பிரேசில் நாட்டின் சுமார் 12 சதவீத பரப்பை ஆக்கிரமித்துள்ளன. ஒதுக்கீட்டுப் பகுதிகள் அமைத்துக் கொடுக்கப்பட்டதைத் தொடர்ந்து வியக்க வைக்கும் திருப்பம் நிகழ்ந்திருக்கிறது.

அதாவது கடந்த 500 ஆண்டுகளில் முதன் முறையாக செவ்விந்தியரின் எண்ணிக்கை அதிகரித்திருக்கிறது. ஆம்... சுமார் மூன்று லட்சத்தைத் தொட்டிருப்பதாகக் கருதப்படுகிறது. என்றாலும், 1500ஆம் ஆண்டுகளில் இருந்த எண்ணிக்கையோடு ஒப்பிடும்போது அற்ப சொற்பமே!

ஏனென்றால் அப்போது செவ்விந்தியரின் மக்கள் தொகை 20 லட்சத்திலிருந்து 60 லட்சம் வரை இருந்ததாக மதிப்பிடப்படுகிறது.

கடந்த 500 ஆண்டுகளில் செவ்விந்தியக் குடிகளின் எண்ணிக்கையில் அதிர்ச்சியூட்டும் மாபெரும் வீழ்ச்சி ஏற்பட்டிருக்கிறது.

போர்த்துக்கீசியர் 1500-ஆம் ஆண்டில் பிரேசிலில் கால் பதித்து அதைச் சொந்தம் கொண்டாடினர். அதற்குப் பிறகு வந்த 30 ஆண்டுகளில் இந்தக் காலனியாட்களின் நாட்டம் முழுவதும் பிரேசில்வுட் என்ற மரத்தைப் பெறுவதிலேயே இருந்தது.

உறுதி வாய்ந்த அந்த மரத்திலிருந்து சிவப்பு சாயம் கிடைத்தது. அந்த மரத்தின் பெயரிலிருந்தே அந்நாட்டுக்கு பிரேசில் என்ற பெயர் வந்தது.

ஐரோப்பாவில் அந்த மரத்திற்கு அதிக மவுசு இருந்தது. அதனால் ஐரோப்பியர் பண்டமாற்று முறையில் விலை குறைந்த பொருட்களைக் கொடுத்து அந்த மரத்தைப் பெற்றனர்.

என்றாலும் பிரேசில் நாட்டின் சீதோஷ்ணம் கரும்பு விளைச்சலுக்கு மிகவும் ஏற்றது என சீக்கிரத்திலேயே கண்டுபிடிக்கப்பட்டது. ஆனால், அதில் ஒரு சிக்கல். கரும்பைச் சாகுபடி செய்ய கடும் உழைப்பும் ஆள் பலமும் தேவைப்பட்டது. அதனால் அடிமை வேலையாட்கள் அதிகமாகத் தேவைப் பட்டனர்.

ஆனால், வேலையாட்களைத் தேடி அலைவது கையில் வெண்ணெய் வைத்துக் கொண்டு நெய்க்கு அலைவது போல இருந்திருக்கும். ஏனென்றால் உள்ளூரிலேயே செவ்விந்தியக்குடிகள் அவர்களுக்குச் எக்கச்சக்கமாகக் கிடைத்தனர்.

செவ்விந்தியரின் வாழ்க்கை முறையானது பிழைப்புக்கு அத்தியாவசிய மானவற்றை மட்டும் பயிரிடுவதுதான் அவர்களின் வழக்கமாக இருந்தது.

ஆண்கள் பெரும்பாலும் வேட்டையாடுபவர்களாகவும் மீன் பிடிப்பவர் களாகவும் இருந்தனர். காடுகளிலிருந்த மரங்களையும் தேவையற்ற செடி கொடிகளையும் அகற்றுகிற கடின வேலையிலும் அவர்கள் ஈடுபட்டு வந்தனர்.

பயிரிடுவது, அறுவடை செய்வது, சமைப்பது ஆகிய வேலைகளில் பெண்கள் ஈடுபட்டனர். செல்வத்தின் மிது மோகமோ பேராசையோ இல்லாத செவ்விந்தியரை ஐரோப்பாவில் இருந்த அறிவாளிகள் ஓகோ வெனப் புகழ்ந்தார்கள்.

மறுபக்கத்தில் அங்கு குடியேறிய ஐரோப்பியர்களோ இவர்களை சுத்த சோம்பேறிகளாகக் கருதினர்.

போர்த்துக்கீசிய குடியேறிகள் தங்களிடம் நட்பு பாராட்டிய செவ் விந்தியரை வைத்து வேலை வாங்கவும் தங்களைப் பாதுகாத்துக் கொள்ளவும் விரும்பினர்.

எனவே, அவர்களை தங்களது குடியிருப்புப் பகுதிக்கு அருகே குடி மாறும் படி அவர்களிடம் நயமாகக் கேட்டனர். இவ்வாறு குடிமாற்றுவதில் ஜெஸ்யூட்டுகளும் பிற மதத்தினரும் பெரும் பங்கு வகித்தனர்.

வெள்ளையர்களோடு சகவாசம் வைத்துக் கொள்வது எந்தளவுக்குத் தீங்கு விளைவிக்கப் போகிறது என்பதை அப்போது அவர்ள் சற்றும் நினைத்துப் பார்க்கவில்லை.

செவ்விந்தியருக்கு அந்த நிலத்தின் மீது சட்டப்படி உரிமை இருந்தது. சுதந்திரமாக வாழ்வதற்கும் உரிமை இருந்தது.

என்றாலும் நடந்தது என்னவென்றால் இந்தக் குடியேறிகளுக்கு கொத்தடிமைகளாக இருந்து மாடாய் உழைக்க வேண்டிய அவல நிலைக்கு அவர்கள் தள்ளப்பட்டனர். அவர்களுக்கு ஊதியம் வழங்கப்படவில்லை. தங்களுடைய நிலத்தில் பயிரிடவும் அனுமதி அளிக்கப்படவில்லை.

அடிமைத்தனத்தைத் தடுக்க போர்த்துக்கீசிய மன்னர் எடுத்த பல முயற்சிகள் ஓரளவுக்கே பயனளித்தன. பிரேசிலில் குடியேறியவர்கள் அடிமைத்தனத்திற்கு எதிரான சட்டங்களில் ஓட்டைகளைக் கண்டுபிடித்து

அவற்றைத் தங்களுக்கு சாதகமாகப் பயன்படுத்தினர்.

பொதுவாகச் சொன்னால் செவ்விந்தியரை அடிமைகளாக வைத்துக் கொள்வதிலோ விற்பதிலோ தவறில்லை எனக் கருதினர். அவர்களை ஏதோ தர்ம யுத்தத்தில் பிடிபட்ட எதிரிகளைப்போல கருதினர்.

பிற இனத்தவரிடம் மாட்டிக் கொண்ட செவ்விந்தியரையும் பிணைத் தொகை கொடுத்து விட்டு மீட்டு அடிமைகளாக வைத்துக் கொண்டனர்.

கடைசியில் அங்கு சர்க்கரைத் தொழில் சக்கைப் போடு போட்டதுதான் போர்த்துக்கீசிய காலனிக்கு கிடைத்த வெற்றியாக இருந்தது. அந்தச் சமயத்தில் இத்தொழில் அடிமை தொழிலாளியாகிய செவ்விந்தியர்களை வைத்தே நடத்தப்பட்டது. லாப வெறி கொண்ட போர்த்துக்கீசிய அரசு செவ்விந்தியர் சிந்திய கண்ணீரைக் கண்டு கொள்ளவே இல்லை.

28

பிரேசிலில் செவ்விந்தியரின் கேள்விக்குறியான எதிர்காலம்

வெள்ளையர்களால் செவ்விந்தியருக்கு அடுத்தடுத்துப் பெருத்த ஏமாற்றமும் பேரிழப்பும் ஏற்பட்டிருக்கிறதென்று வரலாற்றுத் தடயங்கள் விவரிக்கின்றன.

அவர்கள் செவ்விந்தியருக்குக் கண்ணாடியைக் கொடுத்து பொன்னையும், சிறுசிறு பொருட்களைக் கொடுத்து பிரேசில்வுட் மரங்களையும் பண்ட மாற்று முறையில் பெற்றுக் கொண்டனர்.

வெள்ளையர்களின் அடிமையாகாதிருக்க அவர்கள் தொலைதூரப் பகுதியிலுள்ள காடுகளுக்கு தப்பியோடினர்.

1970-ல் ஒருமைப்பாட்டுத் திட்டம் ஒன்றை வகுக்க பிரேசில் அரசு தீர்மானித்தது. அதன் ஒரு பகுதியாக அமேசான் பிராந்தியத்தின் தொலை தூரப் பகுதிகளை இணைக்கும் நெடுஞ்சாலைகளை அமைக்கத் திட்டம் தீட்டப்பட்டது. இச்சாலைகள் பல செவ்விந்தியருடைய நிலப்பகுதி வழியாகச் சென்றன. இதனால் செவ்விந்தியர் ஆய்வுக் பணிகளின் தாக்கு தலுக்கும் கொடிய நோய்களுக்கும் இரையாயினர்.

பனாரஸ் மக்கள் 18, 19-ஆம் நூற்றாண்டுகளின்போது போரினாலும் அடிமைத்தனத்தினாலும் சுவடு தெரியாமல் மறைந்து விட்டனர். அவர்களில்

கொஞ்சம் பேர் வடக்கு மாடோ க்ரோசாவில் உள்ள அடர்ந்த காட்டுக்குள் தஞ்சம் புகுந்தனர். பின்னால் கூயபாசான்டா ரெம் என்ற நெடுஞ்சாலை இவர்களுடைய நிலப்பகுதி வழியாக அமைக்கப்பட்து.

மீண்டும் வெள்ளையர்கள் மத்தியில் வாழ்வது உயிருக்கு உலை வைப்பதாய் இருந்தது.

ஒரு காலத்தில் பெரிய ஜனக்கூட்டமாய் இருந்த செவ்விந்தியரில் 80 பேர் மட்டுமே 1975-ல் மிஞ்சினர். பனாரஸ் இனத்தவர் ஜிங்கு தேசியப் பூங்கா வுக்கு அருகே குடியேற்றப்பட்டனர்

29

பூர்வீக செவ்விந்திய போர் வீரர்கள்

ஐரோப்பியக் குடியேறிகள் 15ஆம் நூற்றாண்டின் முற்பகுதியில் அமெரிக்க கண்டத்திற்கு வரத் தொடங்கியபோது பூர்வீக அமெரிக்கர்கள் இங்கு வாழ்ந்தனர்.

அந்த செவ்விந்திய பூர்வீகக் குடிகள் ஐரோப்பியர்களை ஆக்கிரமிப்பாளர் களாகவும் அந்நியர்களாகவும் பார்த்தனர்.

ஐரோப்பிய குடியேற்றவாசிகள் தங்கள் குடியேற்றங்களை நிறுவி அமெரிக்க கண்டத்தில் பல்வேறு பகுதிகளில் வாழத் தொடங்கினர்.

செவ்விந்தியப் பழங்குடியினருக்கு இச்செயல் எதிராகப்பட்டது. குடியேற்றங்கள் காலனிகளாகவும் காலனிகள் சேர்ந்து அமெரிக்காவாகவும் மாறியதால் செவ்விந்தியக் குழுக்கள் மோதல் போக்கைக் கொண்டனர்.

அமெரிக்கா மேற்கு நோக்கி விரிவடைந்தபோது பல பூர்வீக அமெரிக்க பழங்குடியினர் இந்த விரிவாக்கத்திற்கு எதிராகப் போராடினர்.

இந்தக் காலக்கட்டத்தில் செவ்விந்தியர் குழுக்களிடையே மாவீரர்கள் பலர் உருவாகி முக்கியத்துவம் பெற்றனர்.

கிரேஸி ஹார்ஸ் :

பத்தொன்பதாம் நூற்றாண்டில் அமெரிக்க ராணுவத்துக்கு எதிராக கிளர்ந்தெழுந்த போரிட்ட செவ்விந்திய மாவீரன்தான் கிரேஸி ஹார்ஸ்.

கிரேஸி ஹார்ஸ் 1840-ல் தெற்கு டகோட்டாவில் பிறந்தார். உண்மையில் அவரது தந்தை அவருக்கு 'மரங்களுக்கிடையில்' என்றுதான் பெயரிட்டார். ஆனால், கிரேஸி ஹார்ஸ் என்று அவர் ஒரு விதிவிலக்கான தைரியத்தையும் துணிச்சலையும் காட்டினார்.

இதனாலேயே அவரது தந்தை அவருக்கு கிரேஸி ஹார்ஸ் என்று பெயர் சூட்டினார். கிரேஸி ஹார்ஸ் சிறு வயதிலிருந்தே குதிரை சவாரி செய்வதிலும் எருமைகளை வேட்டையாடுவதிலும் வல்லவர்.

இதன் காணரமாக அவர் தனது செவ்விந்தியப் பழங்குடியினரின் மற்ற இளைஞர்களை வழிநடத்தினார். அவர்கள் அவரைத் தலைவனாக ஏற்றுக் கொண்டனர்.

19-ஆம் நூற்றாண்டில் அமெரிக்கா மேற்கு நோக்கி வேகமாக விரிவடைந் தது. இது பூர்வீக அமெரிக்கர்களுக்கும் அமெரிக்க ராணுவத்திற்குமிடையே பல மோதல்களையும் விளைவித்தது.

அமெரிக்க ராணுவம் தங்கள் தாயகத்தைக் கைப்பற்ற முயன்றபோது எதிர்த்துப் போராட முடிவு செய்து இதனால் இரு தரப்புக்கும் இடையே போர் மூண்டது.

1866-ஆம் ஆண்டில் பூர்வீக அமெரிக்கத் தலைவரான ரெட் கிளவுட் அமெரிக்க ராணுவத்திற்கு எதிராகப் போரைத் தொடங்கினார். தூன் நதி நாட்டின் கட்டுப்பாட்டில் போர் நடந்தது.

பூர்வீக செவ்விந்தியர்கள் அந்த நிலம் தங்களுக்குச் சொந்தம் என்று நம்பும் போது அமெரிக்க ராணுவம் அந்தப் பகுதியைக் கட்டுப்படுத்த விரும்பியது.

இந்தப் போரில் இரு தரப்பினருககும் இடையே பல போர்கள் நடந்தன. கிரேஸி ஹார்ஸ் இந்தப் போர்களின்போது ஒரு தைரியமான மற்றும் துணிச்சலான போர் வீரராக தன்னைத் தயார்படுத்திக் கொண்டார்.

இந்தப் போரில் செவ்விந்தியருக்கு வெற்றி கிடைத்தது. 1868-ல் ஃபோர்ட் லாரமி ஒப்பந்தத்தின்படி லகோட்டா மக்கள் கறுப்பு மலைகளின்

உரிமையான உரிமையாளர்கள் என்பதை அமெரிக்க அரசாங்கம் ஏற்றுக் கொண்டது.

10 ஆண்டுகளுக்குப் பிறகு அமெரிக்க அரசாங்கம் ஒப்பந்தத்தை உடைத்து மற்றொரு போருக்கு வழி வகுத்த பிளாக் ஹில்ஸைக் கைப்பற்ற முயன்றது. இது 1876-ஆம் ஆண்டின் பெரும் சியோக்ஸ் போர் என்று அழைக்கப்பட்டது.

கிரேட் சியோக்ஸ் போர் தொடங்கியபோது கிரேஸி ஹார்ஸ ஏற்கனவே தனது பழங்குடி இனத்தவர்களின் தலைவரானார். அவர் ஒரு திறமையான தலைவராகவும் அச்சமற்ற போர் வீரராகவும் கருதப்பட்டார்.

இவர் போரின் துவக்கத்தில் புகழ் பெற்ற லிட்டில் பிக் ஹார்ன் போரில் பங்கேற்றார். இந்தப் போர் 1876-ல் நடைபெற்றது. கிரேஸி ஹார்ஸ் மற்றும் பிற செவ்விந்திய வீரர்கள் அமெரிக்க வீரர்களின் குழுவை சுற்றி வளைத்தனர்.

அமெரிக்க வீரர்கள் எதிர்த்துப் போரிட்டாலும் இந்தியத் தரப்பு பல உயிரிழப்புகளைச் சந்தித்தாலும் கிரேஸி ஹார்ஸ் தனது வீரர்களை அமெரிக்க வீரர்களின் தற்காப்பு நிலைகளைத் தாக்கி வெற்றியைப் பெற்றார்.

கிரேஸி ஹார்ஸ் மற்றும் செவ்விந்தியக் குழுவினர் 1876-ஆம் ஆண்டின் கிரேட் சியோக்ஸ் போன்ற சில ஆரம்ப வெற்றிகளைப் பெற்றிருந்தாலும் அந்த அலை சீக்கிரமே அவர்களுக்கு எதிராகத் திரும்பியது. 1877-ஆம் ஆண்டில் அவர்கள் அமெரிக்க வீரர்களால் தாக்கப்பட்டனர். அவர்களின் கிராமங்களை அமெரிக்கர்கள் எரித்தனர்.

எனவே, இறுதியாக கிரேஸி ஹார்ஸ் சரணடைய ஒப்புக்கொண்டது போரை முடிவுக்கு கொண்டு வந்தது.

அவர் சரணடைந்த சிறிது நேரத்துக்குப் பிறகு இராணுவம் அவரை சந்தேகத்தின் பேரில் கைது செய்ய முயன்றபோது கிரேஸி ஹார்ஸ் எதிர்த்துப் போரிட்டார். செப்டம்பர் 5, 1877 அன்று இராணுவக் காவலரால் கிரேஸி ஹார்ஸ் கொல்லப்பட்டார்.

செவ்விந்திய போர் வீரன் சிட்டிங் புல் :

சிட்டிங் புல் பூர்வீக சியோக்ஸ் பழங்குடியினத்தைச் சேர்ந்த பிரபலமான செவ்விந்தியத் தலைவராவார்.

இவர் 1876-ஆம் ஆண்டின் கிரேட் சியோக்ஸ் போரில் குறிப்பிடத்தக்க

பங்கைக் கொண்டிருந்தார். அப்போது அவர் கடுமையான போர் வீரனாகவும் செவ்விந்தியர்களின் தலைவனாகவும் உருவானார்.

சிட்டிங் புல் 1831-ல் கிராண்ட் ரிவர் சவுத் டகோட்டாவில் பிறந்தார். அவரது தந்தை ஜம்பிங் புல் என்றழைக்கப்படும் சியோக்ஸ் பழங்குடியினரின் நன்கு அறியப்பட்ட போர் வீரர். இவர் பூர்வீக செவ்விந்திய போர் மரபுகளை சிறு வயதிலிருந்தே கற்றுச் சிறந்தார்.

இளம் வயதிலேயே அம்பு எய்துவதிலும் குதிரை சவாரி செய்வதிலும், எருமைகளை வேட்டையாடுவதிலும் வல்லுனரானார். அவர் 15 வயதை அடைவதற்கு முன்பே சிட்டிங் புல் தனது பழங்குடியினரில் போர்க்களத்தில் பயமற்ற வீரராக அறியப்பட்டார்.

மேலும், ஏற்கனவே பல போர்களிலும் பங்கேற்றுப் போர் புரிந்துள்ளார்.

19-ஆம் நூற்றாண்டின் நடுப்பகுதியில் சிட்டிங் புல் மற்றும் அவரது பழங்குடியினரின் தாயகத்தில் அமெரிக்க ராணுவம் மற்றும் வெள்ளை குடியறேிகள் தொடங்கினர்.

இவர் புகழ் பெற்ற செவ்விந்திப் போர் வீரரான ரெட் கிளவுட் உடன் இணைந்து 1866-ஆம் ஆண்டு தொடங்கிய ரெட் கிளவுட் போரில் பங்கேற்றார்.

இந்தப் போரின்போது செவ்விந்திய குடியினர் அமெரிக்க அரசாங்கத்தைத் தங்கள் நிலங்களில் வாழ அனுமதிக்கவும் வெள்ளை குடியேறியவர்களை நிறுத்தவும் கட்டாயப்படுத்த முடிந்தது. ஆனால், அது ஒரு தற்காலிக வெற்றியாகும்.

மேலும், 1874-ல் லகோட்டா பழங்குடியினருக்குச் சொந்தமான பிளாக் ஹில்ஸில் தங்கம் கண்டுபிடிக்கப்பட்டது. அப்போது அமெரிக்க அரசாங்கம் பிளாக் ஹில்ஸின் உரிமையை வேண்டியது.

இது செவ்விந்தியர்களுக்கும் அமெரிக்க அரசாங்கத்திற்கும் இடையே மற்றொரு போருக்கு வழி வகுத்தது. இது 1876-ஆம் ஆண்டின் கிரேட் சியோக்ஸ் போர் என்றழைக்கப்பட்டது. சிட்டிங்புல் இப்போரில் முக்கியப் பங்கு வகித்தார்.

பிளாக் ஹில்ஸில் தங்கம் கண்டுபிடிக்கப்பட்ட பிறகு அமெரிக்க அரசாங்கம் லகோட்டாவை அப்பகுதியின் உரிமையை விட்டுக் கொடுக்கு

மாறு கேட்டுக் கொண்டது. லகோட்டா மறுத்து சிட்டிங் புல் தலைமை யிலான அமெரிக்க அரசாங்கத்துடன் போர் தொடுத்தது.

போரின் அலை விரைவில் பூர்வீக செவ்விந்தியக் குடிகளுக்கு எதிராகத் திரும்பியது. அமெரிக்க ராணுவம் சிட்டிங்புல் மற்றும் அவரது வீரர்களை அடுத்தடுத்தப் போர்களில் தோற்கடித்தது.

1877 வாக்கில் சியோக்ஸ் பழங்குடியினரின் எதிர்ப்பை அமெரிக்க ராணுவம் திறம்பட நசுக்கியது. பல முக்கியமான பூர்வீக செவ்வந்தியக் குடி வீரர்கள் அமெரிக்க ராணுவத்திடம் சரணடைந்தனர்.

சிட்டிங் புல் அவ்வாறு செய்ய மறுத்து கனடாவில் வாழ தப்பித்துச் சென்றார். பின்னர் அவர் 1881-ல் மீண்டும் அமெரிக்காவிற்கு திரும்பி சரணடைந்தார். 181 முதல் 1890 வரை சிட்டிங் புல் அமெரிக்க அரசாங்கத் தால் நிறுவப்பட்ட செவ்விந்திய இடஒதுக்கீட்டில் அமைதியாக வாழ்ந்தார்.

1890-ல் ஆண்டில் அந்த இடத்திலிருந்து தப்பிக்க அவர் திட்டமிட்டதாக சந்தேகிக்கப்பட்டார். எனவே, அமெரிக்க அரசாங்கம் அவரைக் கட்டுப் படுத்த முனைந்தது.

சிட்டிங் புல் எதிர்த்து நின்றதால் சுட்டுக் கொல்லப்பட்டார்.

செவ்விந்தியப் போராளி டெகும்சே :

டெகும்சே ஷாவ்னி பூர்வீக செவ்விந்தியப் பழங்குடியினத்தைச் சேர்ந்த ஒரு பூர்வீக அமெரிக்கத் தலைவராவார்.

ஸ்பிரிங்ஃபீல்டுக்கு அருகிலுள்ள ஓஹியோவில் 1768-ல் பிறந்தார். அவர் சிறுவனாக இருந்தபோதே ஓஹியோ பள்ளத்தாக்கில் நிலத்தின் உரிமைக் காகப் பாடுபட்ட அவரது தந்தை ஒரு வெள்ளை நிறத்து மனிதனால் கொல்லப்பட்டார்.

டெகும்சே ஒரு துணிச்சலான போர் வீரன் மட்டுமல்ல, பல அசாதாரண குணங்களைக் கொண்டிருந்த அவரை அவரது காலத்தின் மிக முக்கியமான பூர்வீக அமெரிக்கர்களால் ஒருவராக ஆக்கியது.

அவர் மிகச்சிறந்த பேச்சாளராகவும் விளங்கினார். செவ்விந்திய இனக் குழுக்கள் அவரைப் பின்தொடரச் செய்யும் தீவிரமான உணர்ச்சிகரமான உரைகளை அவர் நிகழ்த்தினார். இவர் தீர்க்கதரிசி என்றும் அழைக்கப்பட்டார்.

இறுதியில் டெகும்சே ஒரு புதிய பூர்வீக அமெரிக்க நகரத்தை நிறுவினார். அதற்கு அவர் புரோபெஸ்ட் டவுன் என்று பெயரிட்டார்.

19-ஆம் நூற்றாண்டில் பூர்வீக அமெரிக்க நிலங்கள் மற்றும் பிரதேசங்களை மெதுவாகக் கட்டுப்படுத்தும் அமெரிக்க அரசாங்கத்தை டெகும்சே கடுமையாக எதிர்த்தார்.

எனவே, அவர் தனது சக பூர்வீக அமெரிக்கர்களை வெள்ளையனை எதிர்க்கவும், அவருக்கு எதிராகப் போராடவும் வற்புறுத்த முயன்றார். 1810ல் அவர் கவர்னர் வில்லியம் ஹென்றி ஹாரிசனை வின்சென்ஸ் கவுன்சிலில் சந்தித்துக் கூறினார்.

கூட்டத்தில் அமெரிக்க அரசால் கையகப்படுத்தப்பட்ட இந்த நிலத்தைத் திரும்ப அளிக்க வேண்டும் என்று டெகும்சே கோரிக்கை விடுத்தார். ஆனால், இந்த சந்திப்பில் எந்தப் பலனும் ஏற்படவில்லை.

பூர்வீக செவ்விந்தியப் பழங்குடியினர் ஒரு கூட்டமைப்பில் ஒன்றிணைந்தால் மட்டுமே அவர்களின் நிலங்களை கைப்பற்றும் வெள்ளையர்களை எதிர்த்துப் போரிடுவதற்கான ஒரே வழி என்று டெகும்சே நம்பினார். எனவே, இந்தப் பழங்குடியினரை ஒன்றிணைக்கும் பணியை அவர் தொடங்கினார்.

இந்தக் காலக்கட்டத்தில் அவர் வட அமெரிக்காவின் மேற்கு மற்றும் தெற்குப் பகுதிகள் முழுவதும் பயணம் செய்தார். பழங்குடியினர் அனைவரையும் தமது கூட்டமைப்பில் சேரும்படி கேட்டுக் கொண்டார்.

டெகும்சேயின் கூட்டமைப்பு அமெரிக்க அரசாங்கத்திற்கு கடுமையான அச்சுறுத்தலை ஏற்படுத்தியது. ஏனென்றால் அனைத்துச் செவ்விந்தியப் பழங்குடியினரும் ஒரு கூட்டமைப்பாக ஒன்றிணைந்தால் அவர்களை கையாள்வதோ அல்லது அவர்களின் நிலங்களைக் கையகப்படுத்துவதோ அரசாங்கத்திற்கு சிக்கலாக மாறியிருக்கும்.

எனவே, கவர்னர் வில்லியம் ஹென்றி ஹாரிசன் டெகும்சேயின் வீரர்களுடன் போரிட முடிவு செய்தார். 1811-ல் நடைபெற்ற போரில் ஹாரிசனின் ராணுவம் டெகும்சேயின் வீரர்களைத் தோற்கடித்தது.

1812-ஆம் ஆண்டில் ஐக்கிய அமெரிக்கா, கிரேட் பிரிட்டனுக்கு எதிராகப் போரை அறிவித்தது. டெகும்சே மற்றும் அவர் கொண்டு வந்த பூர்வீக அமெரிக்க பழங்குடியினரின் கூட்டமைப்பு பிரிட்டிஷாரின் பக்கம் இருக்க

முடிவு செய்தது.

இருப்பினும் அமெரிக்கப்படைகளுக்கு எதிராக பிரிட்டிஷ் இழப்புகளையும் பின்னடைவையும் சந்தித்தது. 1813-ல் நடந்த தேம்ஸ் போரில் டெகும்சேயின் கீழ் 500 செவ்விந்திய வீரர்கள் 3000 அமெரிக்க துருப்புகளை எதிர்த்துப் போரிட்டனர்.

செவ்விந்திய வீரர்கள் போரில் தோற்றனர். டெகும்சே சண்டையில் கொல்லப்பட்டார்.

செவ்விந்திய பூர்வீக குழுக்களை ஒன்றிணைக்கும் இலக்கை அடையாமல் டெகும்சே இறந்தாலும் அவரது பெயரும் புகழும் செவ்விந்தியர் வரலாற்றில் அழியாப் புகழினைப் பெற்றது.

30

கொலம்பஸின் கொத்தடிமைத் திட்டம்

கொலம்பஸ் பயணத்தின் மிக முக்கியக் குறிக்கோள் தங்கமே. அதற்காக கெயிட்டியிலுள்ள சிகாவோ தீவுகளில் இருந்த குடிகளை ஒரு திட்டத்திற்கு ஆட்படுத்தினார்.

அவர்கள் ஒவ்வொருவரும் ஒரு குறிப்பிட்ட தங்கத்தைக் கொண்டு வர வேண்டுமென்று அவர்களை மிரட்டினார். அவ்வாறு கொண்டு வராதவர்களின் கைகள் வெட்டப்படும் என்றும் மிரட்டினார். அப்படியிருந்தும் அவரால் அவ்வளவாக தங்கத்தைப் பெற முடியவில்லை.

ஸ்பெயின் மன்னருக்குக் கொலம்பஸ், தாம் எழுதிய கடிதங்களில் கொத்தடிமைப்படுத்துவதன் அவசியத்தை அடிக்கடி வலியுறுத்தினார். ஆனால், அவை யாவும் அரசரால் மறுக்கப்பட்டன.

அரச குடும்பத்தினர் அமெரிக்க குடிகள் கத்தோலிக்கத் திருச்சபையின் எதிர்கால உறுப்பினர்களாக அவர்கள் விரும்பினர்.

குறிப்பாக கொலம்பஸ் என்கோமியன்டா எனப்படும் எசுப்பானியர்களின் அமெரிக்கக் குடிகளை கிறிஸ்துவர்களாக மாற்றினால் அவர்களை வேலைக்கு வைத்துக் கொள்ளலாம் என்ற திட்டத்தை தன்னலக் கண்ணோட்டத்துடன் பயன்படுத்தினார்.

இந்தத் திட்டம் அமெரிக்க குடிகள் கொத்தடிமைகளாக மாற வழி வகுத்தது. சில சமயங்கள் செவ்விந்திய இனக்குடிகள் சாகும்வரை வேலை செய்தனர். சில சமயங்களில் அவர்கள் ஐரோப்பியர்களால் அவர்களுக்குப் பரப்பப்பட்ட நோயினாலும் ஊட்டச்சத்துக் குறைவினாலும் இறந்தனர்.

31

கொலம்பஸுக்கு முன்னரே செவ்விந்தியக் குடியிருப்பு

ஆரம்பக் காலங்களில் ஆசியா, ஆப்பிரிக்கா, ஐரோப்பா ஆசிய கண்டங்களே ஐரோப்பியர்களால் அறியப்பட்டிருந்தன.

எனினும், அறிவியல் முன்னேற்றத்தால் ஐரோப்பியர்கள் பெரும் கடற் பயணங்களை மேற்கொண்டு அவர்கள் ஏனைய கண்டங்களை அறிந்து குடியேறினர்.

இவற்றுள் முக்கியமான நிகழ்வாக அமெரிக்கக் கண்டங்களின் கண்டு பிடிப்பு பார்க்கப்படுகிறது. ஏனெனில், இதுவே முதலாவது நாடு காணும் பயணமாகும்.

அமெரிக்க கடற்பயணங்கள் என்பது கிறிஸ்டோபர் கொலம்பஸ் 1492-ஆம் ஆண்டில் அமெரிக்கா கண்டத்திற்குச் சென்ற ஆண்டிலிருந்து துவங்குகிறது.

இவரது பயணங்கள் அமெரிக்கக் கண்டங்களில் ஐரோப்பிய காலனி யாதிக்கம் வேரூன்ற வகை செய்தது. கொலம்பஸ் மொத்தமாக நான்கு முறை பயணம் மேற்கொண்டார். இவற்றுள் முதலாவது பயணமே அமெரிக்காவின் கண்டுபிடிப்பு எனக் குறிப்பிடப்படுகிறது.

எவ்வாறாயினும் கொலம்பஸ் அமெரிக்காவில் காலடி மிதித்த முதல் மனிதரல்ல. இவருக்கு முதலே செவ்விந்தியர்கள், மாயன்கள், அஸ்டெக்குகள் போன்ற இனத்தவர் வாழ்ந்திருந்தனர்.

இருந்தபோதிலும் கொலம்பஸின் கண்டுபிடிப்புகள் அப்போதைய ஐரோப்பிய கடலாதிக்க சக்திகளாகத் திகழ்ந்த நாடுகளை அப்புதிய கண்டத்துடன் வணிகத் தொடர்புகளை மேற்கொள்ளவும் காலனிகளை உருவாக்கவும் அங்குள்ள சுதேசிகளிடையே கிறிஸ்தவ மதத்தைப் பரப்பவும் வழியேற்படுத்தியது. 1492-ஆம் ஆண்டு கொலம்பஸுக்கு பெருங்கடல் அட்மிரல் என்ற பட்டம் வழங்கப்பட்டது.

துவக்கக் காலங்களில் ஆசியாவுக்கும் ஐரோப்பாவுக்குமிடையில் பட்டுப் பாதை மூலம் வர்த்தகம் நடைபெற்றது. இப்பாதையில் ஐரோப்பாவுக்கான முக்கிய வர்த்தக நகரமாக கான்ஸ்டாண்டி நோபிள் செயற்பட்டது. இது 1453-ல் துருக்கியரால் கைப்பற்றப்பட்டது.

இதன் காரணமாக ஐரோப்பிய வர்த்தகர்கள் பல சில சிரமங்களை எதிர் நோக்கினர். வரிகள் உயர்த்தப்பட்டதாலும் பொருட்களின் விலைகள் அதிகரிக்கப்பட்டதாலும் உரிய காலத்தில் பொருட்கள் கிடைக்காமல் போன தாலும் மிகுந்த சிரமங்களுக்கு ஆளானார்கள்.

இதே காலகட்டத்தில் பெஸ்டர் ஜோன் என்ற மன்னனின் வலிமை மிக்க கிறிஸ்தவ ராஜ்யத்தைப் பற்றிய எண்ணம் ஒன்று ஐரோப்பிய மக்களிடையே பரவியது.

எனவே, அந்த ராஜ்யத்தைக் கண்டுபிடித்து முஸ்லீம்களை பழிவாங்க வேண்டுமென்ற உந்துதலும் அவர்களுக்குள் மேலோங்கியது.

மேலும், தாலமியால் திசை காட்டி தேசப்படம் என்பன கண்டுபிடிக்கப் பட்ட பின்னர் தூரப் பயணங்களை மேற்கொள்ளும் உந்துதலும் ஐரோப்பியர்களிடையே ஏற்பட்டது.

32

சொந்த மண்ணின் நிலமும் நீரும் பற்றி சியாட்டில் கூறியது

இந்தப் பூமிக்கு அணுக்கமாக உள்ள வானம், காற்றின் தூய்மை, நீரின் உயர்வு யாருக்கும் சொந்தமானவை அல்ல.

அப்படியிருக்கையில் அவற்றை எவ்வாறு விலை கொடுத்து வாங்க முடியும் என்று சியாட்டடல் கூறுகின்றார்.

இந்தப் பூமியின் ஒவ்வொரு துகளும் செவ்விந்தியர்களுக்குப் புனிதமான தாகும். இந்தப் பூமியை எப்பொழுதும் செவ்விந்தியர் மறப்பதே இல்லை. ஏனெனில் பூமியே அவர்களுக்குத் தாயாகும்.

அவர்கள் அந்த மண்ணுக்கு உரியவர்கள் அந்த மண்ணும் அவர்களுக்கு உரியதாகும்.

செவ்விந்தியர்கள் வாழும் பகுதியில் உள்ள எருமைகள் கொல்லப்படு வதையும், எங்கு பார்த்தாலும் மக்கள் நடமாட்டம் அதிகரிப்பதையும், தொன்மையான மலைகளை மறைத்து தொலைபேசிக் கம்பிகள் பெருகி வருவதையும் தம்மால் ஏற்றுக்கொள்ள முடியவில்லை எனச் சியாட்டடல் கூறுகிறார்.

ஏரிகளில் பிரதிபலிக்கும் நினைவு எச்சங்கள் எம்மக்களின் வாழ்வியல் நிகழ்வுகளை நினைவு கூர்பவை.

இந்த நீரின் முணுமுணுப்புகள் எம்பாட்டான்மார்களின் குரல்களே யாகும்.

இந்த ஆறுகள் யாவும் எம் உடன்பிறந்தவர்கள். இவர்கள்தாம் எமது தாகத்தைத் தீர்க்கிறார்கள்.

எம்மக்களின் தோணிகளையும் இவர்களே சுமந்து செல்கின்றனர். குழந்தைகளுக்கு உணவளிக்கின்றனர்.

இங்குள்ள ஓடைகளும் ஆறுகளிலும் ஓடும் வனப்பு மிகுந்த நீரானது வெறும் தண்ணீரன்று. எமது மூதாதையரின் குருதியாகும் என நீர் நிலை களைப் பற்றி சியாட்டல் கூறுகின்றார்.

இங்குள்ள நறுமணல் மிகுந்த மலர்கள் யாவும் எமது சகோதரிகள். மான்கள், குதிரைகள், கழுகுகள் போன்ற அனைத்தும் எமது சகோதரர்கள்.

மலை முகடுகள், பசும்புல்வெளிகளின் பனித்துளிகள், மட்டக்குதிரை களின் உல் சூட்டின் இதமான கதகதப்பு போன்றவையும் இங்குள்ள மனிதர் கள் எல்லாமும் ஒரே குடும்பம் என்ற சியாட்டல் கூறுகின்றார்.

இந்தப் பூமியின் ஒவ்வொரு துகளும் எம் மக்களுக்குப் புனிதமாகும். எமது மக்கள் இந்தப் பூமியை எப்போதும் மறப்பதேயில்லை. ஏனெனில், இது எமக்குத் தாயாகும்.

நாங்கள் இந்த மண்ணுக்குக்குரியவர்கள். இந்த மண்ணும் எமக்குரிய தாகும். இந்நிலமானது எங்களுக்கு மிகவும் புனிதமானது என்பதால் இந்நிலத்தை விற்கச் சம்மதிப்பது என்பது மிகவும் இயலாத ஒன்றாகும்.

நாங்கள் இந்தப் பூமியைத் தாயாகவும் வானத்தைத் தந்தையாகவும் கருதக் கூடியவர்கள். எங்கள் கால்களைத் தாங்கி நிற்கும் இந்த நிலமானது எம்முடைய பாட்டன்மார்கள் எரிந்த சாம்பலால் ஆனதாகும்.

நீங்கள் இதனை உங்கள் குழந்தைகளுக்கு கண்டிப்பாக சொல்லித் தர வேண்டும். அப்போதுதான் அவர்கள் இந்நிலத்தை மதிப்பார்கள்.

இந்நிலமே எங்கள் தாயாகும். எமது உறவுமுறையாரின் வளமான வாழ்வால் ஆனதே இந்நிலமாகும்.

இதனை நாங்கள் எங்கள் குழந்தைகளுக்குச் சொல்லிக் கொடுப்பதுபோல் உங்கள் குழந்தைகளுக்கும் சொல்லிக் கொடுங்கள்.

இப்பூமியின் மீது மக்கள் துப்பக் கூடுமானால் அது அவர்கள் தம் தாய் மீது துப்புவதற்கு ஒப்பானதாகும்.

இந்நிலமானது கடவுளும் மதிக்கக்கூடிய ஒன்றாகும். ஆகவே, இதற்கு கெடுதல் செய்வதென்பது அதனைப் படைத்த இறைவனை அவமதிக்கும் செயலாகிவிடும்.

நீங்கள் மற்றப் பழங்குடியினரைக் காட்டிலும் முன்கூட்டியே இந் நிலத்தை விட்டுச் செல்லக்கூடும்.

33

உலகைச் சுற்றி வந்த முதல் மனிதர் பெர்டினண்ட் மகலன்

உலகைச் சுற்றி வந்த முதல் மனிதராக போர்த்துக்கீசிய மாலுமி பெர்டினண்ட் மகலன் அறியப்படுகிறார்.

*1519*ல் உலகைக் கப்பல் மூலம் சுற்றி வந்து நிறைவு செய்தார் மகலன். பசுபிக் கடலுக்கு அப்பெயரைச் சூட்டியவர் மகலன்தான்.

மேற்கத்திய நாடுகளிடையே தோன்றிய கல்வி மறுமலர்ச்சியினால் புத்தாகக் கண்டுபிடிப்புகளும், கலை, இலக்கியப் படைப்புகளும் உருவாகின. புதி சிந்தனைகள் பல மக்களிடையே விதைக்கப்பட்டன. பழமைவாதங்கள் புறந்தள்ளப்பட்டன. புதுமைகள் புகுத்தப்பட்டன.

மகலன் காலத்தில் பூமி தட்டையானது என்றும் ஓரிடத்திலிருந்து கடல் வழியாகப் பயணம் மேற்கொண்டு சுற்றி வர இயலாது என்றும் எடுத்துரைக்கப்பட்டு வந்தன.

பதினைந்தாம் நூற்றாண்டில்தான் புவி கோள வடிவமுடையது என்னும் கருத்து பரப்பப்பட்டது. கி.பி. *1492*ல் முதலாவது புவிக்கோளம் அமைக்கப் பட்டது.

இக்காலக்கட்டத்தில் தோன்றிய பூமி பற்றிய புதிய கருத்துக்களும் புதிய

கடல் வழிப் பாதைகளின் தேவைகளும், புதிய குடியேற்ற நாடுகளின் மீதான வேட்கைகளும் கடலோடிகளிடத்தில் பெரும் விருப்பத்தை உண்டு பணியிருந்தன.

மேலும், சில முன்னோடி கடலோடிகளின் உந்துதல்களும் கடல் பயணத்தின் மீதான உள்ளார்ந்த விருப்பங்களும் மகலனின் கடல்வழிப் பயணத்திற்கு தூண்டுகோல்களாக அமைந்தன.

1505-ல் வாஸ்கோடகாமா கீழைத்தேசம் நோக்கியப் பயணத்தில் ஈடுபட்டார்.

இதில் 21 பயணக் கப்பல்கள் பயணித்தன. ஒரு கப்பலின் தளபதியாக மகலனும் திகழ்ந்தார். இதுவே மகலனின் முதல் கடல் பயணம் ஆகும். இதன் போது மொராக்கோவின் பழங்குடியினரான மூர்ஸ் இன மக்களுடன் போர் புரிந்தபோது மகலனின் இடது காலில் படுகாயம் ஏற்பட்டது.

மகலனின் முதல் வரைபடம் போர்த்துகல்லிருந்து ஸ்பைஸ் தீவுகளுக்குச் செல்லும் வழியில் மகலனை மன்னர் மானுவேல் அவமானப்படுத்தியதால் மனமுடைந்து ஸ்பானியாவிலிருந்து வெளியேறி போல்டோருக்குச் சென்றார்.

இவரை ஸ்பெயினுக்குச் செல்லும்படி வானியல் நிபுணரான டை டிபிலேரியா, கப்பலோட்டி ஜான், அரசவை அதிகாரியான பார்போசா கூறினார். இவர்கள் கூறியது சரியா என்று யோசித்துக் கொண்டிருந்தார் மகலன்.

இந்நிலையில் இந்தியாவின் மேற்குத் திசையில் குறுகிய கடல் வழிப் பாதையைக் கண்டுபிடிப்பது ஸ்பெயின் அரசனின் விருப்பமாக இருந்தது.

பிறகு ஸ்பெயின் நாட்டு மன்னர் மகலனிடம் ஸ்பைஸ் தீவுக்கான வழி உள்ளது எனத் தெரிந்ததும் ஸ்பெயினுக்குக் கூப்பிட்டார்.

மகலன் மன்னர் மானுவலைப் பழிவாங்கும் நோக்கில் 1512 அக்டோபர் 12 அன்று போர்த்துக்கல்லை விட்டு வெளியேறினார்.

மகலன் 1519 செப்டம்பர் 21 அன்று ஹான் செப்சன், சாண்டியாகோ, சான் அந்தோனியா டிரினியாட், விக்டோரியா எனும் ஐந்து கப்பல்கள் உட்பட 241 மாலுமிகளுடன் அடுத்த இரண்டு வருடங்களுக்குத் தேவையான உணவுகளும் ஆயுதங்களும் விற்கும் பண்டங்களும் ஏற்றிக் கொண்டு செவல்லே

துறைமுகத்தில் இருந்து புறப்பட்டார்.

ஸ்பெயின் மன்னனின் உதவிகளைப் பெற்றுக் கொண்டு மகலன் சிறிய பாய்மரக் கப்பல்களில் தம் கடல் வழிப்பயணத்தைத் தொடங்கினார்.

இப்பாய் மரக்கப்பல் காற்றின் திசை வேகத்திற்கேற்ப பயணிப்பவையாகும். மகலன் தன் கடற்பயணக் குழுவினருடன் இரண்டு மாதங்களாகப் பயணித்து அட்லாண்டிக் பெருங்கடலைக் கடந்தார்.

அதன்பின் இக்குழு தென் அமெரிக்கக் கண்டத்தின் தென்கோடியிலுள்ள கரையினை வந்தடைந்தது. இப்பயணத்திற்கிடையில் மகலன் குழுவினர் பயணித்து வந்த ஐந்து பாய்மரக் கப்பல்களில் ஒன்று தென் அமெரிக்கக் கரையில் காணப்பட்ட ஒரு பெரும் பாறையில் மோதிச் சேதமுற்றது.

அதன் பின்னர் மகலன் பெயர் பெற்ற மகலன் தொடுகடல் வழியாக இவருடைய கப்பல்கள் பசிபிக் பெருங்கடலைக் கடக்கத் தொடங்கின.

1519 டிசம்பர் 13 அன்று மகலனின் விசுவாசமான வேலைக்காரனான ஹென்றி ஒரு தீவை மகலனிடம் காட்டினான். அதற்கு, ஜான் அதுதான் டியோ டி ஜெனரோ என்றார்.

இதன் அடிப்படையில் மகலனும் மகலனின் மற்ற கப்பல்களும் கால் பதித்த முதல் இடம் டியோ டி ஜெனரோ. இத்தீவின் பழங்குடி மக்களான கொரானி மகலனையும் மற்றவர்களையும் சுற்றி நின்று கடவுளாக வழிபடத் தொடங்கினர்.

மகலனின் குழுவில் இருந்து அத்தீவுக்கு முதலில் வந்தது ஜான் மட்டுமே. 1519 டிசம்பர் 25 கிறிஸ்துமஸ் அன்று இத்தீவை விட்டு அவர் வெளியேறினார்.

மகலனின் கப்பல்கள் சராசரியாகத் தினமும் 16 கி.மீ. வீதம் பயணித்தன. 1520 ஜனவரி 10 அன்று இரண்டாவதாக டியோடி பிளாட்டோ எனும் இடத்தில் நங்கூரம் இட்டனர்.

மூன்றாவதாக 1520 மார்ச்சு இறுதியில் பாட்டகொனியா அதாவது இன்றைய தெற்கு அர்ஜன்டைனா பகுதியிலுள்ள செயின்ட் ஜூலியன் துறைமுகத்தை அடைந்தனர்.

ஒருமுறை மகலன் 600 கி.மீ. நீளம் கொண்ட கால்வாயை 1520 நவம்பர் 1 அன்று கடந்து முடித்தார். அது ஆல் செயின்ட்ஸ் டே என்றழைக்கப்படும்

புனிதர்கள் தினம் ஆகும். அதனால், மகலன் அக்கால்வாய்க்கு, ஆல் செயின்ட்ஸ் டே எனப்பெயர் சூட்டினார். பின் அது மகலன் தொடுகடல் ஆனது.

1520 நவம்பர் 28 அன்று மகலனின் மூன்று கப்பல்களும் பசுபிக் பெருங் கடலை நோக்கி சென்று கொண்டிருந்தன. பசிபிக் பெருங்கடலை கடக்கும் போது மகலன் இதை மார் பசிபியோ என்றழைத்தார். இச்சொல்லுக்கு போர்த்துக்கீசிய மொழியில் அமைதியான கடல் என்று பொருளாகும்.

பசிபிக் என்னும் பெயர் இதிலிருந்து உருவானது.

மகலன் நான்காவதாக 152 ஜனவரி 25ல் செயின்ட் பால் தீவுகளில் இறங்கினான். அதன் இன்றைய பெயர் புகா புகா ஆகும். மகலன் ஐந்தாவதாக செப்டம்பர் 6, 1521 அன்று மரியானா தீவின் பழங்குடியினரான சமோரா போராடி அத்தீவில் கால் பதித்தனர். மகலன் ஆறாவதாக 1522 மார்ச் 16 அன்று பிலிப்பைன்ஸின் ஹோமொன்ஹான் தீவை அடைந்தார்.

இதன் மூலம் பிலிப்பைன்சில் காலடி வைத்த முதல் ஐரோப்பியர் என்ற பெருமை மகலனுக்கு கிடைத்தது.

மகலன் 1522 ஏப்ரல் 2ல் பிலிப்பைன்ஸில் இன்னொரு தீவான செர்பூவுக்கும் சென்று அதனை ஸ்பெயினின் அதிகாரத்துக்கள் கொண்டு வர நினைத்து கிறிஸ்துவ சமயத்தைப் பரப்பினார்.

மகலனின் கடல்வழிப் பயணத்தின் காரணமாக ஐரோப்பிய நாடு களிடையே புதிய கடல் வழிப்பாதைகளும், நாடுகளைக் கைப்பற்றும் நடவடிக்கைகளும், புதுக்குடியேற்றங்களும் விரைவாக நிகழத் தொடங்கின.

காலனித்துவ தத்துவமும் ஆட்சி அதிகார மேலாண்மை நடவடிக்கையும் தீவிரமாயின. இந்த அரிய சாதனையினை மகலன் நிகழ்த்திட ஐந்து சிறிய பாய் மரக்கப்பல்கள், 241 மாலுமிகள், 69800 கி.மீ. பயணத் தொலைவுகள் மூன்று ஆண்டுகள் மட்டுமல்ல தன் உயிரையும் பணயமாக்கிக் கொண்டார்.

மகலன் பிலிப்பைன்சின் மக்டன் பகுதியில் தலைவனான லாபுலாபுவிடம் 6 பேர் கொண்டு போர் செய்யச் சென்றபோது அப்போரில் மகலன் இறந்து விட்டார். மகலனின் கனவு அவரையும் பலி கொடுத்து நிறைவுக்கு வந்தது.

34

கொலம்பஸின் இனப் படுகொலையும் கண்டுபிடிப்பு கொண்டாட்டங்களும்

கொலம்பஸ் அமெரிக்காவைக் கண்டடைந்து 400 ஆண்டுகளான 1892 வாக்கில் கொலம்பஸைக் கொண்டாடும் போக்கு அதன் உச்சத்தை அடைந்தது.

ஐக்கிய அமெரிக்க மாநிலங்களிலும், லத்தீன் அமெரிக்காவிலும் அவருடைய உருவச்சிலைகள் நிறுவப்பட்டன.

கொலம்பஸின் நடவடிக்கைகள் மற்றும் சாதனைகளையும் தாண்டி அவர் பண்பாட்டு முக்கியத்துவம் வாய்ந்தவராகக் கருதப்படுகிறார். ஒரு சின்னமாகவும் சகாப்தமாகவும் மாறியுள்ளார்.

அவரைப் பற்றிய யூகங்கள், ஒரு கோணத்தில் அவரை ஒரு மனித குல எதிரியாகவும் சித்தரிக்கின்றன.

புதிய நிலப்பகுதிகளுக்கு ஐரோப்பியர்களின் வருகையும் அதன் பின்னர் பரவலான கிறிஸ்தவ மற்றும் ரோமன் கத்தோலிக்க நம்பிக்கைகளைப் பற்றிய ஒருவரின் கருத்தைப் பொறுத்து, கொலம்பஸ் நல்லவிதமாகவும் சித்தரிக்கப் படுகிறார்கள்.

தன் சம காலத்தவரைப் போலன்றி கொலம்பஸ் மட்டுமே உலகம்

உருண்டையானது என்று கருதினார் என்ற வாதம் திரும்பத் திரும்ப வலியுறுத்தப்பட்டு வந்தது. இந்த வாதம் கொலம்பஸ் மிகவும் முற்போக்கான வர் என்றும் சிறந்த அறிவாளர் என்றும் எடுத்துரைக்கப் பயன்பட்டது.

கொலம்பஸ் மரபை மீறி கிழக்குப் பகுதியைச் சென்றடைய மேற்கு நோக்கிப் பயணம் மேற்கொண்டது. அமெரிக்கப் பாணி படைப்பூக்கத் திற்குச் சான்றாகக் கொண்டாடப்பட்டது.

குறிப்பாக ஐக்கிய அமெரிக்க மாநிலங்களில் வாழ்ந்து வந்த கத்தோலிக்க, இத்தாலிய - அமெரிக்க - ஸ்பானிய சமூகத்தினர் கொலம்பஸின் புகழைப் பரப்புவதில் முனைப்புடன் இருந்தனர்.

அமெரிக்க ஆதிக்கக் கலாச்சாரத்தால் ஒடுக்கப்பட்ட இச்சமூகத்தினர், நடுநிலக் கடற்பகுதி கத்தோலிக்கங்களாலும், ஐக்கிய அமெரிக்க மாநிலங் களுக்கு சிறந்த பங்காற்ற முடியும் என்பதை எடுத்துக்காட்டும் முகமாக கொலம்பஸின் சாதனைகளை சுட்டிக் காட்டினர்.

கொலம்பஸ் ஒரு முரண்பட்ட மனிதர். சிலர் குறிப்பாக அமெரிக்கப் பூர்வீக பழங்குடிகள் அவரை அமெரிக்கா மீதான ஐரோப்பாவின் சுரண்டல் மற்றும் மேற்கிந்தியத் தீவுகளின் கொத்தடிமை இவற்றிற்கு நேரடியான அல்லது மறைமுகமான காரணமாகக் கருதுகின்றனர்.

பார்த்தலோம் டிலாஸ் காசாஸ் எனும் சமயத் தலைவர் கொலம்பஸ் செய்த கொடுமைகளைப் பற்றி எழுதியிருந்தார் என்றாலும் 1960களுக்குப் பிறகே, அவரை ஐரோப்பிய ஏகாதிபத்தியத்தின் அக்கிரமங்களின் கொத்தடிமைப் படுத்துதல், இனப்படுகொலை, பண்பாட்டு சிதைப்புகள் ஆகியவற்றின் சின்னமாக கருதும் போக்கு பரவலானது.

ஐரோப்பிய ஏகாதிபத்தியத்தின் அனைத்துத் தவறுகளுக்கும் கொலம்பஸை குற்றம் சாட்ட இயலாது என்றாலும் 1493 - 1500ல் ஸ்பெயின் ஆக்கிரமிப்புப் பகுதிகளில் வைஸ்ராயாகவும் ஆளுநராகவும் அவர் செய்த கொடுஞ்செயல்கள் அவரை செவ்விந்திய இனப்படுகொலைகளுக்காகக் குற்றஞ்சாட்ட போதுமான காரணம் என்று சிலர் கருதுகின்றனர்.

சமீப காலங்களில் கொலம்பஸின் சாதனைகள் பற்றிய பிரச்சாரமும் கொலம்பஸ் தினக் கொண்டாட்டங்களும் மிகுந்த சர்ச்சைகளை உருவாக்கி வருகின்றன.

புதிய உலகின் பல நாடுகளும் வேறெங்கும் அமெரிக்க நிலப்பகுதியில் கொம்பஸ் வந்திறங்கிய அக்டோபர் 12, 1492-ன் ஆண்டு விழாவை அலுவல் முறையில் விடுமுறை நாளாகக் கொண்டாடுகின்றனர்.

ஐக்கிய அமெரிக்காவில் 'கொலம்பஸ் நாள்' என்றும், பகாமாசில் 'கண்டுபிடிப்பு நாள்' என்று இலத்தீன் அமெரிக்காவின் பல நாடுகளில் 'இன வெழுச்சி நாள்' என்றும் பெலீசு உருகுவையில் அமெரிக்கர்களின் நாள் என்றும், அர்ஜென்டினாவில் 'பண்பாட்டுப் பன்முகமைக்கான மரியாதை நாள்' என்றும் ஸ்பெயினில் 'டியாடெலா இசுப்பானிடாரு' என்றும் கொண்டாடுகின்றனர்.

இந்த விடுமுறை நாளுக்கும் கொண்டாட்டங்களுக்கும் ஒரு சில பகுதி களில் எதிர்ப்புகளும் கிளம்பிக் கொண்டிருக்கிறது.

1992-ல் கொலம்பஸ் முதல் கடற்பயணம் தொடங்கிய 500வது ஆண்டு கொண்டாட்டங்களுக்கு கடும் எதிர்ப்பு கிளம்பியது. அதன் தொடர்ச்சியாக அக்டோபர் 2002-ல் வெனிசுலா அதிபர் குகொசவெஸ் கொலம்பஸ் தினத்தை 'உள்நாட்டு எதிர்ப்பு நாள்' என்று பெயர் மாற்றும் தீர்மானத்தில் கையெழுத் திட்டார்.

1893-ல் சிகாகோவில் நடந்த உலக கொலம்பியக் கண்காட்சியில் கொலம்பஸ் வந்திறங்கிய 400வது ஆண்டு விழா கொண்டாடப்பட்டது. ஆறு மாதங்கள் நடந்த இக்கண்காட்சிக்கு 27 மில்லியனுக்கும் கூடுதலாக மக்கள் வருகை தந்தனர்.

ஐக்கிய அமெரிக்க அஞ்சல் துறையும் இக்கொண்டாட்டங்களில் கலந்து கொண்டு 16 தபால் தலைகள் அடங்கிய நினைவு தபால் தலைத் தொகுப்பை வெளியிட்டது.

இவை கொலம்பஸ், அரசி இசபெல்லா மற்றும் அவரது கடற்பயணங் களின் வெவ்வேறு நிலைகளைக் குறித்தனவாக இருந்தன. இந்த நினைவுத் தபால் தலைகள் மிகவும் புகழ் பெற்று ஏராளமாக விற்கப்பட்டன. ஆறு மாத காலத்தில் இரண்டு பில்லியன் தபால் தலைகள் விற்கப்பட்டன.

1992-ல் 500வது நூற்றாண்டு விழா கொண்டாட்டமாக இரண்டாம் முறை இத்தகைய தபால் தலைத் தொகுப்பு வெளியிடப்பட்டது.

வரலாற்றாளர் மார்ட்டின் துகார்டு கொலம்பஸின் பெருமை அமெரிக்காவை முதலில் சென்றடைந்தவர் என்பதல்ல, அங்கு முதலில் தங்கியவர் என்பதாகும் என்று கூறியுள்ளார்.

கொலம்பஸ் தாம் கண்டறிந்த நிலப்பகுதி ஆசியாவின் அங்கமென்றே இறுதிவரை எண்ணியிருந்ததாக வரலாற்றாசிரியர்கள் பொதுவாக கூறி யுள்ளனர்.

இருந்த போதிலும் கிரிக் பாட்றிக் சேல் என்பவர் கொலம்பஸின் 'புக் ஆஃப் பிரிவிலெஜஸ்'-ல் புதிய கண்டத்தைக் கண்டதாகக் குறிப்பிட்டுள்ளதாகக் கூறியுள்ளார்.

மேலும் மூன்றாம் கடற்பயணத்தின் பதிவேடுகளில் பரியா நிலம் இதுவரைக் காணாத கண்டம் எனக் குறிப்பிட்டுள்ளார்.

1502-ல் திருத்தந்தை ஆறாம் அலெக்சாண்டருக்கு எழுதிய கடிதத்தில் க்யூபா ஆசியாவின் கிழக்கு கடலோரம் எனக்குறிப்பிட்டுள்ளார்.

கொலம்பஸின் முதல் கடற்பயணத்திற்குப் பின்னர் அமெரிக்காவிற்குப் பயணித்த அமெரிகோ வெஸ்புச்சி என்பவர்தான் முதலில் இந்த நிலப்பகுதி ஆசியா அல்லவென்றும் யுரேசியர்களுக்கு இதுவரைத் தெரியாத புதிய கண்டம் என்றும் கூறியவர்.

ஜெர்மன் நிலப்பட வரைவாளர் மார்ட்டின் வால்ட்சி முல்லருக்கு இந்த முடிவை எட்ட 1504-ல் வெளியான அமெரிகோ வெஸ்புச்சியின் பயணப் பதிவேடுகளே மூலமாக அமைந்தன.

கொலம்பஸ் இறந்த அடுத்த ஆண்டு 1507-ல் வெளியிட்ட தமது உலக நிலப்படத்தில் வால்ட்சி முல்லர் அமெரிக்கா என்று புதிய கண்டத்தை அழைத்திருந்தார். இது வெஸ்புச்சியின் லத்தின் பெயரான அமெரிகசு என்பதிலிருந்து வந்தது.

குடிமைப்படுத்திய காலங்களிலிருந்தே அமெரிக்காவில் கொலம்பஸ் வழிபாடு வளர்ந்தது. அமெரிக்காவிற்கு கொலம்பியா என்ற பெயர் 1738-ல் பிரித்தானிய நாடாளுமன்ற விவாதங்களில் இடம் பெற்றது.

அமெரிக்கப் புரட்சிக்குப் பின்னர் புதிய உலகைக் கண்டறிந்தவர் கொலம்பஸ் என்ற கருத்தாக்கம் அமெரிக்கா முழுமையிலும் பரவியது.

ஐக்கிய அமெரிக்காவின் கூட்டரசுத் தலைநகருக்கும் (கொலம்பியா மாவட்டம்) இரண்டு மாநிலங்களின் தலைநகரங்களுக்கும் (ஓகையோ, தென்கரோலினா) கொலம்பியா ஆற்றுக்கும் கொலம்பஸின் பெயர் சூட்டப்பட்டது.

ஐக்கிய அமெரிக்காவிற்கு வெளியே 1819ல் தற்கால கொலம்பியாவின் முன்னோடிக்கு கிரான் கொலம்பியா எனப் பெயரிடப்பட்டது.

1866ல் கத்தோலிக்கத் திருச்சபையால் புனிதராகக் கருதப்பட நியமிக்கப்பட்டார். இத்தகைய வழிபாட்டின் உச்சமாக 1892ல் அமெரிக்காவை அடைந்த 400வது ஆண்டுவிழா கொண்டாடப்பட்டது.

35

டி.என்.ஏ. செய்யப்பட்ட கொலம்பஸின் எச்சங்கள்

ஸ்பானிய குடியேற்றவாசிகள், கொலம்பஸின் புதிய உலகைப் பற்றிய மிகைப்படுத்திய கொலம்பஸின் கூற்றுக்களால் ஏமாந்து போனார்கள்.

குடியேற்றவாசிகளுக்கும், அமெரிக்கக் குடிகளுக்கும் இடையிலான சண்டைகளைத் தீர்த்து வைக்க வேண்டியவரானார் கொலம்பஸ்.

தன்னுடைய பேச்சைக் கேளாத ஸ்பெயின் நாட்டவர்களைத் தூக்கி லிடவும் செய்தார். இதனால் ஸ்பெயினுக்குத் திரும்பிய பலர் கொலம்பஸைப் பற்றி அவதூறாக அரசாங்கத்திடம் குற்றம் சுமத்தினர்.

அரசரும் அரசியும், பிரான்சிஸ் கோடிபோபடில்லா என்ற ஒரு அரச நிர்வாகியை 1500-ல் அனுப்பினர். இவர் அங்கே கொலம்பஸ் மற்றும் அவரது சகோதரர்களைக் கைது செய்து ஸ்பெயினுக்கு அனுப்பினார்.

கொலம்பஸ் தன்னுடைய கை விலங்கை ஸ்பெயின் திரும்பும் வரை கழற்ற மறுத்தார். அப்போது அவர் ஸ்பெயின் அரசருக்கு விரிவான கடிதம் ஒன்றை எழுதினார்.

அவர் ஸ்பெயினில் விடுவிக்கப்பட்டாலும் அவருடைய ஆளுநர் பட்டம் திரும்பத் தரப்படவில்லை. அத்தோடு வேதனையான விசயமாக போர்த்துக்கீசியர்கள் இந்தியாவைக் கண்டுபிடிக்கும் போட்டியில் வெற்றியும் பெற்றனர். வாஸ்கோடகாமா செப்டம்பர் 1499-ல் இந்தியாவிற்கு பயணம் மேற்கொண்டு திரும்பினார்.

மிகுந்த மனவருத்தத்திலிருந்த கொலம்பஸ் தனது கடைசிப் பயணத்தை மேற்கொள்ள மே 9, 1502ல் ஸ்பெயினை விட்டு புறப்பட்டார். இந்தப் பயணத்தில் தன்னுடைய இளைய மகன் பெர்டினாண்டுவையும் கூட்டிக் கொண்டு சென்றார்.

இப்போது நடு அமெரிக்காவின் பெலிஸி இருந்து பனாமாவரை பயணித்தார். 1502-ல் இப்போது ஹோண்டுராஸ் எனப்படும் தீவின் கரையில் ஒரு சரக்குக் கப்பலை எதிர்கொண்டார்.

இது ஸ்பொனியர்களின் மீசோ அமெரிக்க நாகரீகத்தின் அமெரிக்கக் குடிகள் உடனா்ன சந்திப்பாகும். பிறகு கொலம்பஸ் ஜமைக்காவில் ஒரு வருடம் தவிக்க வேண்டியதாயிற்று.

பிறகு அவர் இரண்டு பேரை கேனோவில் ஹிஸ்பேனியோலாவிற்கு உதவி கேட்டு அனுப்பி வைத்தார். இந்நிலையில் அவர் அமெரிக்கக் குடிகளிடம் மிகச்சரியாக சந்திரகிரகணத்தைக கணித்துச் சொல்லி அவர்களது நன்மதிப்பைப் பெற்றார். கடைசியாக அவருக்கு உதவி கிடைத்தது. ஸ்பெயினுக்கு 1504-ல் திரும்பச் சென்றார்.

கொலம்பஸ் கிறிஸ்துவரல்லாதவர்களை கிறிஸ்துவர்களாக்குவதற்காகவே இவ்வாறு கடற்பயணம் செய்வதாக சொல்லி வந்தார். தனது முதிர்ந்த வயதில் மிகவும் ஆன்மீகவாதியாக மாறினார். அவர் தனக்கு தேவக் குரல் கேட்ப தாகவும் கூறினார்.

ஜெருசலேம் நகரை மீட்கும் சிலுவைப் போரில் ஈடுபடப் போவதாகக் கூறி பிரான்சிஸ்கன் அணிந்து வந்தார்.

தன்னுடைய கண்டுபிடிப்புகளை சொர்க்கம் என்றும் அவை கடலின் திட்டமென்றும் கூறி வந்தார்.

தனது கடைசிக் காலத்தில் கொலம்பஸ் தனக்கு ஸ்பானிய அரசிடமிருந்து பத்து விழுக்காடு புதிய தீவுகளிலிருந்து லாப ஈட்டுத் தொகை வழங்க வேண்டு

மென்று கேட்டு வந்தார். ஆனால், ஸ்பானிய அரசர் அதை நிராகரித்தார்.

கொலம்பஸின் மறைவுக்குப் பின்னரும் அவருடைய வாரிசுகள் அரசர் மீது வழக்கு தொடுத்தனர். இந்த வழக்கு மிக நீண்டதாக இருந்தது. இந்த வழக்குகள் கொலம்பிய சட்ட வழக்குகள் எனப்படுகின்றன.

தமது கடைசி கடற்பயணத்தின் திரும்பும் வழியில் கடுமையான புயலை எதிர் கொண்டார் கொலம்பஸ். 41 வயது நிறைந்த கொலம்பஸுக்கு அச்சமயம் கீழ்வாதம் பற்றியது. அதனைத் தொடர்ந்த ஆண்டுகளில் இன்புளூவென்சா மற்றும் பிற நோய்களால் அவதிப்பட்டார். கீழ்வாதத்தின் கடுமையும் கூடியது. இதனால் பல மாதங்களுக்குப் படுத்த படுக்கையில் கிடக்க வேண்டியதாயிற்று. இந்த நோய்களே பதினான்கு ஆண்டுகளில் அவரது மறைவுக்குக் காரணமாயின.

கொலம்பஸின் வாழ்வு முறையையும் நோய் உணர் குறிகளையும் கொண்டு தற்கால மருத்துவர்கள் அவருக்கு நேர்ந்தது கீல்வாதமல்ல, ரீய்ட்டறின் கூட்டறி குறி என்றும் கருதுகின்றனர். ரீய்ட்டரின் கூட்டறிகுறி குடல் தொற்றுகளால் ஏற்படும் ஒரு மூட்டு நோயாகும். இது கிளமிடியா அல்லது கொணோரியா போன்ற பாலுறவு பரவு நோய்களிலிருந்தும் வந்திருக்கலாம். அவரது கடற்பயணங்களில் எங்காவது உணவு நச்சுமை தொற்றி இந்நோய் வந்திருக்கலாம் என டெக்சாஸ் மருத்துவப் பள்ளியின் பேராசிரியரும் வாதவியலாளருமான மரு.பிராங்க்சி ஆர்னெட் கருதுகிறார்.

மே 20, 1506ல் தமது 54வது வயதில் கொலம்பஸ் ஸ்பெயினிலுள்ள வல்லாடோலிடில் இறந்தார்.

கொலம்பஸின் உடல் வல்லாடோலிடில் நல்லடக்கம் செய்யப்பட்டது. பின்னர் லா எஸ்பானிபோலாவின் ஆளுநராக இருந்த அவரது மகன் டியாகோவின் உயில்படி செவீயாவின் லா கார்து ஜாவிலுள்ள ஓர் தேவாலயத்திற்கு மாற்றப்பட்டுள்ளது.

1542-ல் காலனித்துவ சான்டோ டோமிங்கோவிற்கு (தற்கால டொமினிக்கன் குடியரசு) மாற்றப்பட்டது.

1795-ல் லா எசுப்பானியோலாவை பிரான்ஸ் கையகப்படுத்திய போது மீண்டும் கூபாவின் அவானாவிற்கு மாற்றப்பட்டது.

1898-ல் ஸபெயின் அமெரிக்கப் போரை அடுத்து க்யூபா விடுதலை பெற்ற

போது மீண்டும் எசுப்பானியாவிற்கே கொண்டு செல்லப்பட்டு செவீயா பெருக்கோயிலில் அலங்கரிக்கப்பட்ட பீடத்தில் வைக்கப்பட்டது.

1877-ல் சான்டோ டொமிங் கோவில் டான் கிறித்தோபர் கொலம்பஸ் என்று குறியிடப்பட்ட ஈயப்பெட்டி கிடைத்தது.

அதனுள்ளே எலும்புத் துண்டுகளும் துப்பாக்கி ரவையும் இருந்தன. இதனால் தவறான உடலெச்சங்கள் அவானாவிற்கு மாற்றப்பட்டன என்ற குழப்பத்தைத் தீர்க்க ஜூன் 2003-ல் செவீயாவிலிருந்த உடலின் டி.என்.ஏ. கூறுகள் கொலம்பசின் தம்பி, மகன் ஆகியோரின் டி.என்.ஏ. கூறுகளுடன் ஒப்பிடப்பட்டன.

துவக்கத்தில் கொலம்பஸின் வயதிற்கு உடற்கட்டுக்கும் தொடர்பு படுத்தக்கூடிய அளவில் எலும்புகள் இல்லை என்று தோன்றியது. டி.என்.ஏ. கிடைப்பதும் கடினமானதாக இருந்தது.

இழை மணிகளின் டி ஆக்சி-ரைபோ நியூக்லியக்காடியின் சில கூறுகளே கிடைத்தன. இந்தக் கூறுகள் கொலம்பஸின் உடன்பிறப்பின் கூறுகளுடன் ஒத்திருந்தன. இருவரும் ஒரே அன்னைக்குப் பிறந்தவர்களாக உறுதி செய்யப்பட்டது.

இந்தச் சான்றும் பிற மானிடவியல் வரலாற்றுப் பகுப்பாய்வுகளும் கொண்டு செவியாவிலுள்ள எச்சங்கள் கொலம்பஸினுடையதே என்று ஆராய்ச்சியாளர்கள் முடிவுக்கு வந்தனர்.

சான்ட்டோ டொமிங் கோவிலில் இருந்த அதிகாரிகள் உடலெச்சத்தை ஆய்வு செய்ய அகழ்ந்தெடுக்க அனுமதிக்கவில்லை. இதனால் அங்கிருப்பது கொலம்பஸின் உடலின் பாகங்களா என்பதை உறுதி செய்ய முடியவில்லை.

சான்டோ டொமிங்கோவில் இந்தக் கல்லறை கொலம்பஸ் கலங்கரை விளக்கத்தில் உள்ளது.

36

ஐரோப்பிய நாடுகளின் நாடு பிடிக்கும் ஆசை

பத்தொன்பதாம் நூற்றாண்டின் இறுதியில் ஐரோப்பிய நாடுகள், நாடு பிடிக்கும் ஆசை கொண்டன. அதற்கு முக்கிய காரணம் பொருளாதார வளர்ச்சியாகும்.

தொழில் முன்னேற்றத்தால் பொருள்கள் விற்பதற்குச் சந்தைகள் தேவைப்பட்டன. அதனால், தங்களின் ஆதிக்கத்தை நிறுவி நாடு பிடிக்க முயன்றன.

அமெரிக்காவும் தனது ஆதிக்கத்தைப் பெருக்க முயன்றது. இது தவிர்க்க முடியாததுதான் முதலாவதாக ஆலாஸ்காவை பணம் கொடுத்து வாங்கியது. பின்னர் சமோவாவையும் பெற்றுக் கொண்டது. இறுதியில் ஸ்பெயின் மீதும் போர் தொடுக்க முயன்றது.

பிற நாட்டினரைப் போன்றே அமெரிக்கருக்கும் நாடு பிடிக்கும் ஆசை வந்தது. இதற்குக் காரணம் தங்களை வல்லரசாக ஆக்கவும் வர்த்தகத்தைப் பெருக்க நினைத்ததுமே காரணம்.

இத்தகைய சமயத்தில்தான் கியூபாவில் நடைபெற்ற நிகழ்வுகள் அமெரிக்காவின் ஆவலை மேலும் தூண்டியது.

க்யூபாவில் புரட்சி (பத்தாண்டு போர்) நடந்த சமயத்தில் அமெரிக்கா படையெடுத்து அதனைக் கைப்பற்றி இருக்கலாம். ஆனால், அப்போது தலையிடவில்லை.

க்யூபாவை ஸ்பெயின் தனது ஆட்சியின் கீழ் வைத்திருந்தது. மீண்டும் அங்கே புரட்சி நடந்தபோது அமெரிக்கர்கள் இழிவாக நடத்தப்பட்டனர். எனவேதான், புரட்சியின் இறுதியில் ஸ்பெயின் அரசுக்கு எதிராக 1894-ல் புரட்சி செய்யும் கியுபா மக்களுக்கு அமெரிக்கா ஆதரவு தந்தது.

1945-ல் இரண்டாம் உலகப் போர் முடிவடைந்தது. ஆனால், இந்த முடிவு முதல் உலகப் போரைப் போன்ற மீண்டும் அமெரிக்கர்களைத் தனித்திருக்க வகை செய்யவில்லை.

அமெரிக்கர்கள் தங்களுக்கு எதிராக உலகில் ஒரு புதிய சக்தி மேலோங்குவதை கருத்துடன் நோக்கத் தொடங்கினர். அந்த மேலோங்கும் சக்தியே சோவியத் ரஷ்யாவாகும்.

இவ்விரு நாடுகளும் இரண்டாம் உலகப் போரில் தங்களின் வலிமையைக் காட்டுவதில் முயற்சி செய்தன. இது இருவருக்குடையே இருந்த காழ்ப்புணர்ச்சியையும், பொறாமையையும் காட்டியது.

அணுகுண்டின் ரகசியத்தை அமெரிக்கா வெளிப்படுத்தவில்லை. சான் பிரான்சிஸ்கோ மாநாட்டிற்கு போலந்தை அழைக்க அமெரிக்கா மறுத்து விட்டது. இரண்டாவது உறவை ஏற்படுத்த அமெரிக்கா காலதாமதம் செய்தது. இதனால் அமெரிக்காவை ரஷ்யா சந்தேகித்தது.

அதுபோல ஜப்பான் ரஷ்யா தாக்கியதை மேற்கத்திய நாடுகள் விரும்பவில்லை. இத்தகைய பரஸ்பர பொறாமை இரு நாடுகளுக்குமிடையே இரண்டாம் உலகப் போர் முடிவடையும் தருவாயில் தோன்ற ஆரம்பித்தது.

இத்தகைய பூசல்களுக்கு இடையே 1945-46 ஆம் ஆண்டுகளில் அமெரிக்கா பெரும் முயற்சி எடுத்து ரஷ்யாவுடன் இணைந்து செல்ல முயன்றது.

1945-ஆம் ஆண்டு நவம்பரில் மூன்று வல்லரசுகளின் அறிவிப்பை பிரிட்டன், கனடா, அமெரிக்கா ஆகிய நாடுகள் வெளியிட்டன.

அதில் அணுசக்தி தொடர்பான பிரச்சினைகளை ஆராய வேண்டுமென்றும் கொடிய அணு ஆயுதங்களை நீக்க வேண்டும் என்றும் பரிந்துரைக்கப்பட்டது. ஆனால், இவ்வறிக்கையை சோவியத் ரஷ்யா ஏற்றுக்

கொள்ளவில்லை. ரஷ்யா, பிரிட்டன், அமெரிக்கா, பிரான்ஸ் ஆகிய நாடுகள் தங்களின் பொது எதிரியான ஜெர்மனியை முறியடித்ததும் ஜெர்மனி நான்கு மண்டலங்களாகப் பிரிக்கப்பட்டது.

அவ்வாறு பொருளாதார வளர்ச்சிக்குப் பிரிக்கப்பட்டதை ரஷ்யா ஏற்றுக் கொள்ளவில்லை.

கிழக்கு ஜெர்மனியில் கம்யூனிசிய கொள்கையைப் பரப்பி, தன்னுடைய கைப்பாவையாக அதனை வைத்துக் கொண்டது. இதனைப் பிற மூன்று நாடுகளும் எதிர்த்தன.

இரண்டாம் உலகப் போரில்தான் கைப்பற்றிய நாடுகளைப் போலந்து, செக்கோஸ்லோவியா, ஹங்கேரி, ருமேனியா, பல்கேரியா, யூகோஸ்லேவியா, அல்பேனியா ஆகிய நாடுகளில் பொதுவுடமை ஆட்சியை ரஷ்யா அமைத்தது.

மேலும் லாட்வியா, லித்துவேனியா, ஈஸ்டோனியா ஆகிய நாடுகள் ரஷ்யாவுடன் இணைத்துக் கொள்ளப்பட்டன. அதுபோல வடகொரியா விலும் பொதுவுடமைக் கொள்கை பரப்பப்பட்டு அத்தகைய ஆட்சி நிறுவப் பட்டது.

ரஷ்யாவின் இந்தப் போக்கினைக் கண்ட அமெரிக்காவும் மற்ற மக்களாட்சிக் கொள்கையைக் கொண்ட நாடுகளும் ஒன்று சேர்ந்து பல ஒப்பந்தங்களும் திட்டங்களும் ஏற்படுத்தின. அப்படித் தோன்றியதுதான் ட்ரூமன் கொள்கை.

இரண்டாம் உலகப் போர் முதற்கொண்டு இஸ்ரேலின் பாதுகாப்பிற்கு அமெரிக்கா முழு ஆதரவு அளித்து வந்தது. வேறு எந்த வலலரசுகளும் அதில் தலையிடுவதை அது விரும்பவில்லை.

அமெரிக்க ஜனாதிபதி நிக்சன் ஆட்சிக் காலத்தில் பாதுகாப்பு சபை கொண்டு வந்த தீர்மானங்களை அரபு இஸ்ரேலியப் பிரச்சினைகளை முடிவு கட்டுவதற்கு செயல்படுத்த முழு அக்கறை காட்டினார்.

1970-ல் சூயஸ் கால்வாய் பிரச்சினையில் மீண்டும் போர் நிறுத்தத்திற்கு நிக்சன் முயற்சிகள் எடுத்துக் கொண்டார்.

பாலஸ்தீன கொரில்லாக்களும், சிரியாவும், ஜோர்டன் மீது படையெடுத்த போது நிக்சன் தலையிட்டு ஜோர்டான் அரசின் பிரச்சினையைத் தீர்க்க வழி செய்தார்.

இவ்வாறு அமைதியை ஏற்படுத்தி மத்திய கிழக்கில் வல்லரசு சம நிலையைப் பாதுகாத்தார்.

1971 - 72ல் எகிப்து - இஸ்ரேல் ஆகிய நாடுகளுக்கிடையே ஏற்பட்ட மோதலைச் சமாளிக்க ஓர் உடன்பாடு ஏற்படுத்த அமெரிக்கா முயன்றது. இருப்பினும் அதில் வெற்றி பெறவில்லை.

மீண்டும் 1973-ஆம் ஆண்டு மத்திய கிழக்கில் போர் மூண்டது. இஸ்ரேலுக்குத் தான் கொடுத்த வாக்குறுதியை நிலை நிறுத்த வேண்டுமென்று நிக்சன் விரும்பியதோடு வல்லமைச் சமநிலையை அரபு நாடுகளில் நிலை நிறுத்தவும் விரும்பினார்.

முதல் அபினிப் போருக்குப் பின் பிரிட்டன், பிரான்ஸ், ஜெர்மனி போன்ற நாடுகள் சீனாவில் குடியேற்றத்தைத் துவங்கி வணிகத்தைப் பெருக்கின.

இவர்கள் சீனாவுடன் 1842-ஆம் ஆண்டு ஆகஸ்டு 29ல் செய்து கொண்ட நாங்கிங் உடன்படிக்கை பெரிதும் உதவியது.

இதனைப் பின்பற்றி அமெரிக்கக் குடியரசுத் தலைவர் டேலர் தம் பிரதிநிதியை அனுப்பி மாக்சோ உடன்பாட்டை 1844-ஆம் ஆண்டு பிப்ரவரி 24-ல் சீனாவுடன் செய்து கொண்டார். இதில் நாங்கிங் உடன்பாட்டைப் போலவே அனைத்தும் ஏற்றுக் கொள்ளப்பட்டது.

1867-ஆம் ஆண்டு மேற்கத்திய நாடுகளுடன் தொடர்பு கொள்ள ஒரு தூதுக்குழு அமெரிக்கா சென்று வாஷிங்டனில் ஓர் ஒப்பந்தத்தை செய்து கொண்டது.

அதன்படி,

1. சீன வர்த்தகப் பிரதிநிதிகளை அமெரிக்க துறைமுகங்களில் வைத்துக் கொள்ள அனுமதி வழங்கப்பட்டது.

2. சீனர்கள் அமெரிக்காவிலும், அமெரிக்கர்கள் சீனாவிலும் மத உரிமைகளைப் பெற்று சுதந்திரமாக இருக்க அனுமதிக்கப்பட்டனர்.

3. பயணம் செய்வதற்கும், குடியேற்றம் செய்வதற்கும் இரு நாட்டினருக்கும் சம உரிமைகள் உண்டு.

4. சீனாவின் உள்நாட்டு விசயத்தில் அமெரிக்கா தலையிடாது.

5. அமெரிக்க மதப் பிரசங்கிகள் சீனாவிலும் சீன மதப் பிரசங்கிகள் அமெரிக்காவிலும் சுதந்திரமாக இருக்கலாம்.

6. சீன வேலையாட்கள் அமெரிக்காவில் வேலை செய்யத் தகுதி உடையவர்களாக்கப்பட்டனர்.

மேற்கூறிய ஒப்பந்தம் கையெழுத்தாவதற்கு முன்னரே சீனர்கள் அமெரிக்காவை நோக்கி அலை அலையாகச் செல்ல ஆரம்பித்தனர். சீனாவின் பொருளாதாரம் சீர்கெட்டிருந்தாலும் அவர்களின் மக்கள் தொகை பெருகி இருந்ததாலும் பலரும் உடனே அமெரிக்கா செல்ல முன் வந்தனர்.

1867வரை 60000 சீன வேலையாட்கள் அமெரிக்கா சென்றனர். அதுபோல கியூபா, பெரு ஆகிய நாடுகளுக்கும் சீனக்குடியேற்றம் தொடர்ந்தது.

சிறிது காலத்தில் சீனர்களை கட்டாயப்படுத்தி அமெரிக்காவுக்கு கூலி வேலைக்கு அழைத்துச் சென்றனர். 1880ல் மட்டும் 70000 சீனர்கள் கலிபோர்னியாவில் வேலை செய்தனர். இது கலிபோர்னிய மக்கள் தொகையில் ஒன்பது சதவீதமாகும்.

ஆரம்ப காலத்தில் சீனக் குடியேற்றம் இரு கரங்கள் நீட்டி வரவேற்கப் பட்டது. அவர்களின் குடியேற்றமும் அளவற்ற முறையில் அதிகரித்தது.

அமெரிக்கர்கள் அவர்களைச் சில இடங்களில் வெறுத்தனர். பின்னர் இந்த வெறுப்பு தேசிய அளவிலானது. சீனர்கள் மீது இவ்வெறுப்பு ஏற்பட்டதுக்கு முக்கியக் காரணம் சீனர்கள் பல தீய பழக்கங்களுக்கு அடிமையாகி இருந்ததே காரணமாகும். 1873-ல் பெரும் வெறுப்பு ஏற்பட்டு சீனர்களின் வீடுகள் மீது தாக்குதல்கள் நடத்தப்பட்டது. பலர் கொலை செய்யப்பட்டனர்.

இச்செய்கையைத் தடுக்க அமெரிக்கா உடனடியாக நடவடிக்கை எடுக்க வேண்டியதாயிற்று.

அமெரிக்காவில் சீனர்களின் வருகையை ஒழுங்குப்படுத்த அமெரிக்க அரசு முடிவு செய்தது. அதற்காக ஒப்பந்தத்தை சிறிது மாற்றியமைத்தது.

1879-ல் அமெரிக்க காங்கிரஸ் ஒரு சட்டம் கொண்டு வந்தது. அதன்படி எந்த அமெரிக்கக் கப்பலும் 15 சீனர்களுக்கு அதிகமாக அமெரிக்காவுக்குக் கொண்டு வர அனுமதிக்கப்பட மாட்டார்கள். இச்சட்டத்திற்கு சீனாவும் இணங்கியது.

1882-ல் கொண்டு வரப்பட்ட அமெரிக்க அரசின் புதிய சட்டப்படி சீனர்கள் அமெரிக்காவிற்கு வரக்கூடாது என்று தடை செய்யப்பட்டது. ஏற்கனவே வந்து தங்கி இருந்த சீனர்கள் அமெரிக்கக் குடியுரிமைக்கு தகுதி யற்றவர். அதற்கு உரிமை கொண்டாட முடியாது. 1904-ல் சீனர்கள் அமெரிக்காவில் குடியேறுவது நிரந்தரமாக எப்பொழுதும் தடை செய்யப் பட்டது.

அமெரிக்க ஜனாதிபதி ரூஸ்வெல்ட் பதவியேற்றதும் பல உள்நாட்டு ஆக்கப் பணிகளுக்கு என்ன செய்ய வேண்டும் என்று யோசித்தாரே ஒழிய அழிவு வேலைகளை எவ்வாறு செய்ய வேண்டும் என்று சிந்திக்கவே இல்லை.

1930-ஆம் ஆண்டுகளில் உலகில் ஏற்படும் பிரச்சினைகளை நடுநிலைமைக் கொள்கையுடனே சமாளிக்க வேண்டும் என்றும் உறுதி கூறினார்.

அதுபோலவே இங்கிலாந்தும், பிரான்சும் தனித்து இருக்கும் கொள்கையைக் கடைப்பிடிக்க ஆரம்பித்தன. தன்னுடைய நாட்டின் வளர்ச்சியாலேயே ரஷ்யா முழுக்க அக்கறை காட்டியது.

இத்தகைய சூழ்நிலையை நன்கு பயன்படுத்திக் கொண்டு ஹிட்லரும், முசோலினியும் நாடு பிடிக்கும் கொள்கையைப் பின்பற்றினர். 1935 முதல் 1939 வரை அச்சு நாடுகள் பல ஆக்கிரமிப்பு செயல்களைப் புரிந்தன.

ஜப்பான் ஆசியாவில் பல ஆக்கிரமிப்புப் போர்களை ஏற்படுத்தி அமெரிக்காவுக்குச் சொந்தமான பகுதிகளையும் பிரிட்டனுக்குச் சொந்தமான நாடுகளையும் சீனாவையும் தாக்கியது.

மேலும், ரஷ்யா போலந்தைக் கைப்பற்றும் எண்ணத்துடன் 1933-ல் ஜெர்மனியுடன் கூட்டு சேர்ந்தது. இவ்வாறு ஐரோப்பாவில் ஜெர்மனியின் கை ஓங்கி இருப்பதை ரூஸ்வெல்ட் உணர்ந்தார்.

1935 முதல் 1937 வரை மூன்று நடுநிலைமைச் சட்டங்களை காங்கிரஸ் நிறைவேற்றியது. அதன்படி போரில் ஈடுபட்டிருக்கும் எந்த நாடுகளுக்கும் அமெரிக்கா தன் ஆதரவை அளிக்காது நடுநிலைமை வகிக்கும் என்று ரூஸ்வெல்ட் தெரிவித்தார்.

இது ஆக்கிரமிப்பாளர்களுக்கு ஊக்கம் கொடுப்பதாக இருந்தது. ஆனால், ஐரோப்பாவில் பெருகி வந்த நாசிச, பாசிச கம்யூனிசக் கொள்கைகளைக் கண்டு அமெரிக்கா அச்சமுற்றது.

இனவெறியைத் தூண்டிவிட்டு புதிய இடங்களைக் கைப்பற்றும் ஹிட்லரின் சாகசச் செயல்களைக் கண்டு ரூஸ்வெல்ட் சஞ்சலம் கொண்டார்.

எனவே, தனது நடுநிலைமைக் கொள்கையைச் சிறிது மாற்றிக் கொள்ள அமெரிக்கா முடிவு செய்தது. அதற்கென 1939 செப்டம்பரில் நடுநிலைமைச் சட்டத்தில் திருத்தம் மேற்கொண்டு பணம் கொடுத்து பெறும் நாடுகளுக்கு போர்க் கருவிகள் தரலாம் என்று நிறைவேற்றப்பட்டது.

இது நேச நாடுகளுக்கு மிகவும் உதவியாக இருக்கும் என்று ரூஸ்வெல்ட் நினைத்தார். அதன் மூலம் ஜெர்மனியைத் தோற்கடிக்க வழியுண்டு என அமெரிக்கரும் நினைத்தனர்.

ஹிட்லர் இனவெறி கொண்டு ஐரோப்பிய நாடுகளைத் தாக்கினார். கட்டாய ராணுவப் பயற்சியைக் கொண்டு வந்தார். பல புதிய நவீன ஆயுதங்களைப் பன்னாட்டுக் கொள்கைக்கு எதிராக உற்பத்தி செய்தார்.

ஆஸ்திரியா, ஹங்கேரி ஆகிய நாடுகளைத் தாங்கிய பின்பு, போலந்தைக் கைப்பற்றினார்.

இதனால் போலந்தின் நட்பு நாடுகளான பிரிட்டன், பிரான்ஸ் ஆகியன ஆத்திரமடைந்து ஜெர்மனியுடன் போர் புரிந்தன.

1937-39ஆம் ஆண்டுகளுக்கிடையே ஐரோப்பாவில் ஏற்பட்ட போர் மிகவும் தீவிரப்படுத்தப்பட்டது.

லொக்கார்னோ உடன்படிக்கையைக் காற்றில் வீசியெறிந்துவிட்டு ரைன் பகுதிக்குள் ஹிட்லர் நுழைந்தார். ஆஸ்திரியா, செக்கோஸ்லோவாகியா, சுவிட்சர்லாந்து ஆகிய பகுதிகளை இணைத்துக் கொண்டார்.

1937-ல் ரோம் - பெர்லின் - டோக்கியோ கூட்டு ஏற்பட்டது. 1939-ல் ஹிட்லர், ரஷ்யாவுடன் உடன்படிக்கை செய்து கொண்டு போலந்தைப் பங்கிட்டுக் கொண்டார்.

இதற்குப் பின்பு போலந்தின் இடை வழி வழியாக ஜெர்மனியையும் கிழக்கு ரஷ்யாவையும் இணைக்கும் இருப்புப் பாதை ஒன்றை அமைக்கவும், டான்சிக் என்ற இடத்தை அளிக்கவும் போலந்தைக் கட்டாயப்படுத்தினார்.

ஆனால், இந்த நிபந்தனையை போலந்து நிராகரித்தது. இறுதியில் அந்நாட்டின் மீது படையெடுத்தார். இதைக் கண்டு டென்மார்க், நார்வே,

ஹாலந்து, பெல்ஜியம் ஆகிய நாடுகளில் ஜெர்மனி போர் புரிந்து வெற்றி பெறு பிரான்சைக் கடுமையாகத் தாக்கி அதனை சரணடைய வைத்தது.

போரில் ஜெர்மனி புரிந்த நாசகாரச் செயல்களைக் கண்டு ஜெர்மனி மீது அமெரிக்கா மிகவும் வெறுப்புற்றது.

ஐரோப்பாவின் நாசக்காரச் செயல்களிலிருந்து அமெரிக்காவை காக்க வேண்டும் என்று ரூஸ்வெல்ட் கூறினார்.

இறுதியில் இக்கொள்கையின் அடிப்படையில் ஆகஸ்டு முதல் தேதி ரூஸ்வெல்டிற்கும் கனடா பிரதம மந்திரி மெக்கன்சிக்கும் இடையே ஆக்ஸ்டன்பர்க் ஒப்பந்தம் கையெழுத்திடப்பட்டது.

1938-ஆம் ஆண்டு போலந்தைக் கைப்பற்றும் எண்ணத்துடன் ரஷ்யா பின்லாந்துடன் கூட்டு சேர்ந்தது. 1939-ஆம் ஆண்டு ரஷ்யா பின்லாந்தைத் தாக்கியது. அமெரிக்க மக்கள் பின்லாந்துக்கு அனுதாபம் காட்டினார்கள். நான்கு மில்லியன் டாலர் பணத்தை அமெரிக்கா பின்லாந்துக்கு கடனாகக் கொடுத்து உதவியது.

1940-ஆம் ஆண்டு தேர்தலில் வெற்றி பெற்ற ருஸ்வெல்ட் தன் முழுக் கவனத்தையும் போரில் ஈடுபடுத்தினார்.

அச்சு நாடுகளுக்கு எதிராகப் போரிடும் எல்லா நாடுகளுக்கும் இலவசமாக போர்க்கருவிகள் கொடுத்து உதவியது.

1941-ஆம் ஆண்டு ஆகஸ்டு மாதம் அமெரிக்க ஜனாதிபதி ருஸ்வெல்டும் பிரிட்டிஷ் தலைமை அமைச்சர் சர்ச்சிலும் பசிபிக் கடலில் ஒரு அமெரிக்கக் கப்பலில் கூடிப் பேசி அட்லாண்டிக் சாசனத்தை வெளியிட்டனர்.

அமெரிக்காவோ பிரிட்டனோ போரிட்டு எந்தப் பகுதியையும் கைப் பற்றும் எண்ணம் கூடாது. மக்களின் சுதந்திரத்தை இரு நாடுகளும் மதிக்கும்; உலக அமைதியைப் பாதுகாக்கும்.

1941-ஆம் ஆண்டு அமெரிக்கா - ஜப்பான் உறவு பெரும் சிக்கலில் முடிந்தது. ஜப்பான், ஜெர்மனி, இத்தாலி ஆகிய நாடுகளுடன் உடன்படிக்கை செய்து கொண்டது.

ஜப்பானும் அமெரிக்காவும் கூடிப் பேசின. சீனாவை விட்டு ஜப்பான் வெளியேற வேண்டுமென்று அமெரிக்கா கூறியது.

அதேபோன்ற அமெரிக்கர்கள் ஷியாங்கை ஷேக்குக்கு உதவி செய்வதை நிறுத்த வேண்டும் என்று ஜப்பான் கேட்டுக் கொண்டது.

இப்படி பேச்சு வார்த்தை நடைபெற்று வரும்போதே 1941-ஆம் ஆண்டு டிசம்பர் 7-ஆம் நாள் முன்னறிவிப்பின்றி பேர்ல் ஹார்பரை ஜப்பான் தாக்கியது. இத்தாக்குதலில் 2403 பேர்கள் கொல்லப்பட்டனர். 150 விமானங்கள் நாசப்படுத்தப்பட்டன. ஆறு கப்பல்கள் உடைத்தெறியப் பட்டன. இவ்வளவும் இரண்டு மணி நேரத்தில் நடைபெற்றன.

இதை அறிந்த அமெரிக்க மக்கள் கொதித்தெழுந்தனர். உடனே ஜப்பான் மீது போர் தொடுக்க காங்கிரஸ் முடிவு செய்தது.

ஜப்பான் கூட்டு நாடுகளான ஜெர்மனியும் இத்தாலியும் அமெரிக்கா மீது போர் தொடுத்தன. இறுதியில் அமெரிக்கா அச்சு நாடுகள் அனைத்தின் மீதும் தாக்குதல் நடத்த இரண்டாம் உலகப் போரில் இறங்கியது.

1940-ஆம் ஆண்டு டொனால்டு நெல்சன் என்பவர் தலைமையில் அமெரிக்காவில் ஒரு போர் உற்பத்திக்குழு நியமிக்கப்பட்டது.

வெற்றி முகாம் நோக்கிச் சென்று கொண்டிருந்த ஜெர்மனிப் படைகளை ஸ்டாலின் கிராடில் ரஷ்யா தோற்கடித்தது.

பிரிட்டிஷ் தளபதி ஐசக் மான்ட் கோமரி ஜெர்மனி இத்தாலியப் படைகளை தோற்கடித்தார்.

அமெரிக்க படைத் தளபதி ஐசன் ஹோவர் மேற்கு ஆப்பிரிக்காவில் போர் புரிந்தார். அமெரிக்க கடற்படைத் தளபதி நிமிட்ஸ் பசிபிக் கடலில் ஜப்பானி யரை எதிர்த்துப் போரிட்டார்.

1944-ஆம் ஆண்டு ஜூன் 6-ஆம் நாள் பிரிட்டிங் அமெரிக்கப் படைகளைக் கொண்டு பெல்ஜியம், பிரான்ஸ் ஆகிய நாடுகள் விடுவிக்கப்டப்டன.

கிழக்கிலிருந்து அமெரிக்கப் படைகளும் மேற்கிலிருந்து ரஷ்யப் படைகளும் ஜெர்மனியைத் தாங்கின. மே 2-ஆம் தேதி பெர்லின் வீழ்ந்த பிறகு ஐரோப்பாவில் போர் முடிவுக்கு வந்தது.

ஜெர்மனி, இத்தாலி, ஜப்பான் ஆகிய நாடுகளின் வெறித்தனமான அடக்குமுறை ஆட்சிக்கு முற்றுப்புள்ளி வைக்கப்பட்டது.

ஜெர்மனியை இரண்டு பிரிவுகளாகப் பிரித்தனர். மேற்குப் பகுதிகள் பிரிட்டன், பிரான்ஸ், அமெரிக்கா ஆகிய நாடுகளின் மேற்பார்வையிலும், கிழக்கு ஜெர்மனி ரஷ்யாவின் மேற்பார்வையிலும் கொண்டு வரப்பட்டன.

ஆப்பிரிக்காவிலுள்ள தனது குடியேற்றங்களை இத்தாலி இழந்தது. மக் ஆர்தரின் கீழ் ஜப்பான் கொண்டு வரப்பட்டு பின்னர் விடுதலை ஆனது.

இந்தியா, இலங்கை, பர்மா, மலேசியா, எகிப்து ஆகிய நாடுகள் இங்கிலாந்திடமிருந்து சுதந்திரம் அடைந்தன.

பிலிப்பைன்ஸ் நாடுகள் அமெரிக்காவிடமிருந்து விடுதலையடைந்தன.

இந்தோ - சீனா பிரான்சிடமிருந்து விடுதலை அடைந்தது. இந்தோனேசியா டச்சுக்காரர்களிடமிருந்து விடுதலை அடைந்தது.

1945-ஆம் ஆண்டு ஏப்ரலில் உலகிலுள்ள 46 நேச நாடுகள் சான் பிரான்சிஸ்கோவில் ஒன்றுகூடி உலகில் நிரந்தர அமைதியை நிலை நிறுத்தும் பொருட்டு ஐக்கிய நாட்டு நிறுவனத்தை தோற்றுவித்தன. இந்த இரண்டாம் உலகப் போருக்குப் பின்னர் பிரிட்டன், பிரான்ஸ் ஆகிய நாடுகள் தங்களது வலிமையை இழந்து மூன்றாம்தர நாடுகளாயின.

இப்போரினால் அமெரிக்க ஐக்கிய நாட்டில் பலவித மாற்றங்கள் நிகழ்ந்தன. இதுவரைத் தனித்திருந்து செயல்பட விரும்பிய ஐக்கியநாடு, உலக நலனில் மிகவும் அக்கறை காட்ட ஆரம்பித்தது.

பொதுவுடமைக் கருத்து உலகில் பரவாமல் இருக்க பல நாடுகளுடன் உடன்படிக்கைகள் செய்து கொண்டு, பொருள்களைக் கொடுத்தும், தொழிற் சாலைகள் நிறுவியும் அந்நாடுகளின் வளர்ச்சிக்கு அமெரிக்க ஐக்கிய நாடு ஊக்கம் கொடுத்தது.

அமெரிக்காவிற்கு எதிராக ரஷ்யா ஒரு பெரும் வல்லரசு நாடாக ஆகியதால் இரண்டு நாடுகளுக்கு இடையே கெடுபிடிப் போர் தொடங்கியது. இதன் விளைவால் உலகில் பல இடங்களில் இன்றளவும் அமைதி அழிந்து ஆக்கிரமிப்பு அதிகமாகி மக்கள் அல்லல்படுவதை அனைவரும் அறிவர்.

1939 செப். 3   ஜெர்மனி போலந்தைத் தாக்கிக் கைப்பற்றியது.

செப். 17   சோவியத் நாடு போலந்து குடியரசைத் தாக்கியது.

செப். 28   ஜெர்மனி - சோவியத் எல்லை மற்றும் நட்பு ஒப்பந்தம்

	கையெழுத்தானது. ரஷ்யா ஈஸ்டோனியாவுடன் ஒப்பந்தம்.
அக். 5	ரஷ்யா ஸாத்வியாவுடன் ஒப்பந்தம்.
அக். 10	ரஷ்யா லித்துவானியாவுடன் ஒப்பந்தம்.
நவ. 30	பின்லாந்தை ரஷ்யா தாக்கியது.
டிசம்பர் 14	பன்னாட்டுச் சங்கம் ரஷ்யாவைக் கண்டித்து அதனை சங்கத்திலிருந்து வெளியேற்றியது.
1940 ஜனவரி 17	ஸ்காண்டி நேவிய நாடுகளை ஹிட்லர் தாக்கினார்.
ஏப்ரல் 9	டென்மார்க், நார்வேயை ஜெர்மனி தாக்கியது.
ஜுன் 10	பிரான்ஸ் தாக்கப்பட்டு பாரீஸ் கைப்பற்றப்பட்டது.
1940 செப். 16	அமெரிக்காவில் கட்டாய ராணுவப் பயிற்சி.
செப். 27	ஜெர்மனி, இத்தாலி, ஜப்பான் முக்கூட்டுறவு ஏற்படல்.
1941 ஆகஸ்டு 14	அட்லாண்டிக் சாசனம் கையெழுத்து.
டிசம்பர் 7	ஜப்பான் போரில் ஹார்பரைத் தாக்கியது.
டிசம்பர் 8	ஜப்பான் மீது அமெரிக்கா போர் தொடுத்தல்.
1941 டிசம்பர் 1	மூவர் கூட்டுப்படி இத்தாலியும் ஜெர்மனியும் அமெரிக்கா மீது போர் தொடுத்தல்.
1942 ஜனவரி 1	வாஷிங்டனில் 26 நாடுகள் கூடி ஐக்கிய நாடுகளின் அமைப்பில் கையொப்பம் இடல்.
ஜனவரி 15	சுமத்ரா, சிங்கப்பூர், ஜாவா, நியூகினியா, அந்தமான் தீவுகள் ஆகியவற்றை ஜப்பான் கைப்பற்றுதல்.
மார்ச் 17	மெக்-ஆர்தா பில்ப்பைன்சிலிருந்து கூட்டுறவு நாடுகளின் படைகளுக்கு தலைமை தாங்க தென்மேற்கு பசிபிக் செல்லுதல்.
நவம்பர் 18	ஆங்கில - அமெரிக்கப் படைகள் மொராக்கோ அல்ஜீரியா சென்றடைதல்.

1943 மே 7	டூனிஸ் கைப்பற்றப்படுதல்.
ஜூலை 10	கூட்டுறவு நாடுகள் சிசிலியைத் தாக்குதல்.
1944 ஜூன் 5	கூட்டுறவு நாடுகள் ரோலைக் கைப்பற்றுதல்.
1945 ஜனவரி 8	ஜெர்மனி விலகுதல்.
மே 1	ஹிட்லர் காலமானார்.
மே 2	பெர்லின் வீழ்ந்தது.
மே 7	ஜெர்மனி நிபந்தனையின்றி சரணடைதல்.
ஜூலை 17	பாட்ஸ்டைம் மாநாடு.
ஆகஸ்டு 6	ஹிரோசிமாவில் அமெரிக்கா குண்டு வீசியது.
1945 ஆகஸ்டு 8	ஜப்பான் மீது ரஷ்யா போர் தொடுத்தல்.
ஆகஸ்டு 9	நாகசாகியில் மீண்டும் ஒரு அணுகுண்டை அமெரிக்கா வீசுதல்.
செப்டம்பர் 2	ஜப்பான் ஒப்பந்தத்தில் கையெழுத்திட்டது. போர் ஓய்ந்தது.

37

அமெரிக்க கலாச்சாரமும் நிலப்பரப்பும்

அமெரிக்காவின் கலாச்சாரம் முதன்மையாக மேற்கத்திய மற்றும் ஐரோப்பிய வம்சாவளியைச் சேர்ந்தது. ஆனால், அதன் தாக்கங்களில் ஆசிய அமெரிக்கன், ஆப்பிரிக்க அமெரிக்கன், லத்தீன் அமெரிக்கன் மற்றும் பூர்வீக அமெரிக்க மக்களின் கலாச்சாரங்கள் மற்றும் அவர்களின் கலாச்சாரங்கள் அடங்கும்.

பேச்சு வழக்கு, இசை, கலைகள், சமூக பழக்கவழக்கங்கள், உணவு வகைகள் மற்றும் நாட்டுப்புறவியல் போன்ற தனித்த சமூக மற்றும் கலாச்சாரப் பண்புகளை அமெரிக்கா கொண்டுள்ளது.

அமெரிக்கா இன ரீதியாக வேறுபட்டது. அதன் வரலாறு முழுவதும் பெரிய அளவிலான ஐரோப்பிய குடியேற்றத்தின் விளைவாக ஏற்பட்டது.

ஐக்கிய மாகாணங்களின் ஐரோப்பிய வேர்களின் பிரிட்டிஷ் மற்றும் ஸ்பானிய ஆட்சியின்போது காலனித்துவ வட அமெரிக்காவின் ஆங்கிலேயர் மற்றும் ஸ்பொனிஷ் குடியேறியவர்களிடமிருந்து தோன்றின.

ஆங்கில இனக்குழு முக்கிய கலாச்சாரம் மற்றும் சமூக மனப்போக்கு மற்றும் அமெரிக்க குணாதிசயமாக உருவான அணுகுமுறைகளுக்குப் பங்களித்தது.

முக்கிய கலாச்சாரத் தாக்கங்கள் வரலாற்று குடியேற்றத்தால் கொண்டு வரப்பட்டன.

லத்தீன் அமெரிக்க கலாச்சாரம் குறிப்பாக முன்னாள் ஸ்பானிஷ் பகுதி களில் உச்சரிக்கப்படுகிறது. கரீபியன் கலாச்சாரம் குடியேற்றத்தால் பெருகிய முறையில் அறிமுகப்படுத்தப்பட்டது.

அடிமைத்தனம் ஒழிக்கப்பட்டதிலிருந்து கரீபியன் ஆரம்ப கால மற்றும் மிகப்பெரிய கறுப்பின குடியேற்றக் குழுவின் ஆதாரமாக இருந்து வருகிறது.

இது அமெரிக்காவில் குறிப்பிடத்தக்க வளர்ச்சிக்கான ஆதாரமாக உள்ளது. மற்றும் கல்வி, இசை, விளையாட்டு மற்றும் பொழுதுபோக்கு ஆகியவற்றில் பெரும் கலாச்சாரத் தாக்கங்களை ஏற்படுத்தியது.

அமெரிக்கா பாரம்பரியமாக ஒரு உருகும் பாத்திரமாக கருதப்படுகிறது. புலம் பெயர்ந்தோர் பங்களிக்கிறார்கள். ஆனால், இறுதியில் முக்கிய அமெரிக்க கலாச்சாரத்துடன் இணைந்தனர். நாட்டின் வரலாறு முழுவதும் சில துணைக் கலாச்சாரங்கள் அடிப்படையிலானவை.

ஐக்கிய மாகாணங்களுக்கு கூட்டாட்சி மட்டத்தில் அதிகாரப்பூர்வ மொழி இல்லை என்றாலும் 28 மாநிலங்கள் ஆங்கிலத்தை அலுவல் மொழி யாக ஆக்குவதற்கான சட்டத்தை இயற்றியுள்ளனர்.

நாடு முழுவதும் 300க்கும் மேற்பட்ட மொழிகள் மற்றும் நியூயார்க் நகரத்தில் 800 மொழிகள்வரை, ஆங்கிலம் தவிர அமெரிக்காவில் தாய் மொழிகள் உள்ளன. சில பழங்குடி மக்களால் பேசப்படுகின்றன. மற்றவை குடியேறியவர்களால் இறக்குமதி செய்யப்படுகின்றன.

கலையைப் பொறுத்தமட்டில் யுனைடெட் ஸ்டேட்ஸில் உள்ள கட்டிடக் கலை பிராந்தியாக ரிதியாக வேறுபட்டது. பல வெளிப்புற சக்திகளால் வடிவமைக்கப்பட்டுள்ளது. எனவே, அமெரிக்கக் கட்டிடக் கலை தேர்ந் தெடுக்கப்பட்டதாகக் கூறலாம்.

பாரம்பரியமாக அமெரிக்க கட்டிடக்கலை ஆங்கிலக் கட்டிடக் கலையி லிருந்து கிரேக்கரேயன் கட்டிடக்கலை வரை தாக்கத்தைக் கொண்டுள்ளது.

அமெரிக்கக் கலாச்சாரத்தில் அறிவியல் முன்னேற்றம் மற்றும் தொழில் நுட்ப கண்டுபிடிப்புகளுக்கு ஒரு மரியாதை உள்ளது. இதன் விளைவாக பல நவீன கண்டுபிடிப்புகள் உருவாக்கப்படுகின்றன.

விஞ்ஞானம் கருத்துக்களைப் பயன்படுத்துவதற்கான இந்த முனைப்பு 20-ஆம் நூற்றாண்டு முழுவதும் வலுவான சர்வதேச நன்மைகளைக் கொண்ட புதுமைகளுடன் தொடர்ந்தது.

இருபதாம் நூற்றாண்டில் விண்வெளியிலும் தகவல் மற்றும் சுகாதார அறிவியல் மறுமலர்ச்சி ஏற்பட்டது.

வளர்ந்த நாடுகளில் அதன் மக்கள் தொகை அடிப்படையில் அமெரிக்கா மிகவும் மத நம்பிக்கை கொண்ட நாடுகளில் ஒன்றாகும்.

இராணுவ வீரர்கள் மற்றும் தற்போது பணியாற்றும் இராணுவ உறுப்பினர்களிடையே ஒரு வலுவான இராணுவ கலாச்சாரம் உள்ளது.

பணியாளர்களின் எண்ணிக்கையின் அடிப்படையில் அமெரிக்க இராணுவம் மிகப்பெரிய இராணுவங்களில் ஒன்றாகும்.

தொடக்கத்திலிருந்தே அமெரிக்காவின் வரலாற்றில் ஒரு தீர்க்கமான பங்கைக் கொண்டிருந்தது.

மற்ற மேற்கத்திய நாடுகளுக்கு மாறாக அமெரிக்காவில் துப்பாக்கிகள் சட்டப்பூர்வமானது. மற்றும் தனியார் துப்பாக்கி உரிமை பொதுவானது. கிட்டத்தட்ட பாதி அமெரிக்கக் குடும்பங்களில் குறைந்தது ஒரு துப்பாக்கி உள்ளது.

உண்மையில் தனியாருக்கு சொந்தமான துப்பாக்கிகள் தனி நபர் மற்றும் மொத்தமாக வேறு எந்த நாட்டையும் விட அமெரிக்காவில் உள்ளன.

துப்பாக்கிகளை வைத்திருப்பதற்கான கணிசமான சுதந்திரம் பெரும் பாலும் அமெரிக்க அரசியலமைப்பின் இரண்டாவது திருத்தத்தின் மூலம் உத்தரவாதம் அளிக்கப்படும் என்று மக்களாலும் அரசாங்கத்தாலும் கருதப்படுகிறது.

தனியாருக்கு சொந்தமான துப்பாக்கிகளின் உலகளாவிய கையிருப்பில் 42% அமெரிக்கக் குடிமக்களிடம் உள்ளது.

அமெரிக்காவில் துப்பாக்கி வன்முறையால் ஆண்டுதோறும் பல்லாயிரக் கணக்கான இறப்புகள் மற்றும் காயங்கள் ஏற்படுகின்றன.

அமெரிக்க ஐக்கிய மாநிலங்களின் மொத்த நிலப்பரப்பு 1.9 பில்லியன் ஏக்கர்களாகும். தொடர்ச்சியான மாநிலங்களிலிருந்து கனடாவால்

பிரிந்திருக்கும் அலாஸ்கா அமெரிக்காவின் மிகப்பெரிய மாநிலமாகும். இதன் நிலப்பரப்பு 365 மில்லியன் ஏக்கர்கள்.

வடஅமெரிக்காவின் தென்மேற்கில் மத்திய பசிபிக்கில் ஒரு தீவுக் கூட்ட மாக உள்ள ஹவாய் 4 மில்லியன் ஏக்கர் பரப்பைக் கொண்டுள்ளது.

ரஷ்யா மற்றும் கனடாவிற்குப் பிறகு மொத்த நிலப்பரப்பில் அமெரிக்கா சீனாவைவிட சற்று மேலே அல்லது கீசூழ என உலகின் மூன்றாவது அல்லது நான்காவது பெரிய நாடாக உள்ளது.

தனது பெரும் பரப்பின் பூகோள பன்முகத்தன்மை காரணமாக அமெரிக்கா பல்வேறு கால நிலைகளை உள்ளடக்கிக் கொண்டுள்ளது. அது போலவே அமெரிக்க உயிரினச் சூழல் பிரம்மாண்ட பன்முகத்தன்மை கொண்டதாகும்.

அட்லாண்டிக் கடலோர சமவெளி உள்ளமைந்த பகுதிகளில் இலையுதிர் காடுகள் மற்றும் பீட்மோன்ட்டின் தொடர்ச்சி குன்றுகளுக்கும் வழிவிடு கிறது. அமெரிக்கப் பேரேரிகள் மற்றும் நடுமேற்கு புல்வெளிப் பகுதிகளை கிழக்கு கடல் படுகையிலிருந்து அபலாசியன் குன்றுகள் பிரிக்கின்றன.

உலகின் நான்காவது நீளமான நதியான மிசிசிபி மிசௌரி ஆறுகள் முக்கிய மாக வடக்கிலிருந்து தெற்காக நாட்டின் மையப்பகுதி வழியே பாய்கிறது.

பெரும் சமவெளிகளின் மேற்கு விளிம்பில் ராக்கி மலைகள் வடக்கி லிருந்து தெற்காக நாடெங்கிலும் நீள்கிறது. கொலராடோவில் 14000 அடிக்கும் அதிகமான உயரங்களை இது எட்டுகிறது.

சியராநெவெடாவும் கேஸ்கேடு சிகரங்களும் பசிபிக் கடலோரப் பகுதியை ஒட்டிச் செல்கின்றன. 20320 அடி உயரத்தில் அலாஸ்காவின் மெக்கன்லி சிகரம் இந்நாட்டின் மிக உயர்ந்த சிகரம் ஆகும். கொதிக்கும் எரிமலைகள் அலாஸ்காவின் அலெக்சாண்டரிலும் அலசியன் தீவுகள் முழுமையிலும் இருக்கின்றன. ஹவாயிலும் எரிமலைத் தீவுகள் உள்ளன.

ராக்கி மலைப் பகுதியில் எல்லோஸ்டோன் தேசியப் பூங்காவின் கீழ் அமைந்திருக்கும் ராட்சத எரிமலைகள் இந்தக் கண்டத்தின் மிகப்பெரிய எரிமலையாகும்.

ஐக்கிய அமெரிக்காவில் மொத்தம் 50 மாநிலங்கள் உள்ளன.

அலபாமா, லூசியானா, வடடகோட்டா, அலாஸ்கா, அரிசோனா, ஆர்கன்சஸ், கலிபோர்னியா, கொலராடோ, கனெக்டிகட், டெலவேர், புளோரிடா, ஜார்ஜியா, ஹவாய், இடாகோ, இலினாய், இன்டியானா, ஐயோவா, கன்சாஸ், கென்டகி, மேய்ன், மேரிலாண்ட், மசாசுசெட்ஸ், மிஷிகன், மின்சோட்டா, மிசிசிபி, மிசௌரி, மான்டனா, நெப்ராஸ்கா, நெவாடா, நியூ ஹாம்ஷயர், நியூஜெர்சி, நியூமெக்சிகோ, நியூயார்க், வட கரோலினா, ஒஹையோ, ஒக்லஹாமா, ஒரிகன், பென்சில்வேனியா, இரோட் தீவு, தென்கரோலினா, தென்டகோட்டா, டென்னசி, டெக்சஸ், உட்டா வேர்மான்ட், வெர்ஜீனியா, வர்ஷிங்டன், மேற்கு வர்ஜினியா, விஸ்கொன்சின், வயோமிங் முதலியனவாகும்.

அமெரிக்க ஐக்கிய அமைப்பில் குடிமக்கள் பொதுவாக ஐக்கிய மாநில மற்றும் பிராந்திய என மூன்று அரசாங்க நிலைகளுக்குக் கட்டுப்பட்டவர் களாகும்.

ஏறக்குறைய அனைத்து வகைகளிலும் நிர்வாக மற்றும் சட்ட அதிகாரிகள் மாவட்ட வாரியாக குடிமக்களின் பன்முக வாக்குரிமையால் தேர்ந்தெடுக்கப் படுகிறார்கள்.

ஐக்கிய அரசாங்கம் மூன்று கிளைகளாக உருவானது.

நாடாளுமன்றம் : இது இரு அவைகள் கொண்ட காங்கிரஸ் செனட் மற்றும் பிரதிநிதிகள் சபையால் ஆனது. இது ஐக்கிய சட்டங்களை உருவாக்குகிறது. போரை அறிவிக்கிறது. ஒப்பந்தங்களுக்கு ஒப்புதலளிக்கிறது. நிதியுதவி அதிகாரத்தைக் கொண்டுள்ளது? அதன் மூலம் அரசாங்கத்தின் பதவியி லிருக்கும் உறுப்பினர்களை இது அகற்ற முடியும்.

நிர்வாகம் : ஜனாதிபதிதான் ராணுவத்தின் தலைமை தளபதி ஆவார். நாடாளுமன்ற மசோதாக்கள் சட்டமாகும் முன் அவற்றின் மீதான இறுதி முடிவு அதிகாரம் செலுத்த முடியும். கேபினட் மற்றும் அதிகாரிகளை நியமனம் செய்கிறது.

நீதித்துறை : சுப்ரீம் கோர்ட் மற்றும் பிற கீழ்நிலை ஐக்கிய நீதிமன்றங்களும் இவற்றின் நீதிபதிகள் ஜனாதிபதியால் செனட் ஒப்புதலுடன் நியமனம் செய்கிறார்கள்.

அமெரிக்கா இரு கட்சி அமைப்பின்கீழ் இயங்கி வருகின்றது. அனைத்து நிலைகளிலும் தேர்தல் பதவிகளுக்கு மாநில நிர்வாகத்தின் கீழ் முதன்மை

தேர்தல்கள் மூலம் கருத்து வரும் பொதுத் தேர்தலுக்கான பிரதான கட்சி வேட்பாளர்கள் தேர்ந்தெடுக்கப்படுகிறார்கள்.

1824-ஆம் ஆண்டில் தொடங்கிய மக்களாட்சிக் கட்சியும் 1854-ஆம் ஆண்டில் தொடங்கி குடியரசுக் கட்சியும்தான் அமெரிக்காவின் களத்தில் இருந்து வருகின்றன.

தேசத்தின் ராணுவப் படைகளின் தலைமைத் தளபதி பதவியை ஜனாதிபதி கொண்டிருக்கிறார். பாதுகாப்பு செயலாளர் மற்றும் படைவீரர் களுக்கான இணைத் தலைவர்ள் ஆகிய அதன் தலைவர்களையும் இவரே நியமிக்கிறார்.

பிரதிநிதிகள் அவை 435 உறுப்பினர்களைக் கொண்டது. ஒவ்வொருவரும் நாடாளுமன்ற மாவட்டங்களை இருவருட காலத்திற்கு பிரதிநிதித்துவம் செய்கிறார்கள். ஒவ்வொரு பத்தாவது வருடத்திலும் அவை உறுப்பினர் எண்ணிக்கைகள் மக்கள் தொகை அடிப்படையில் மாநிலங்களிடையே பகிர்ந்தளிக்கப்படுகிறது.

ஜனாதிபதி நேரடி வாக்களிப்பு மூலம் தேர்ந்தெடுக்கப்படுவதில்லை. ஜனாதிபதி நான்கு வருட காலம் பதவியில் இருப்பார். இரு முறைக்கு மேல் தேர்ந்தெடுக்க முடியாது.

உலகில் பன்முக இனங்களையும் பலவித பண்பாடுகளையும் மிக அதிக அளவில் கொண்ட நாடுகளில் அமெரிக்காவும் ஒன்றாகும்.

இது பல்வேறு நாடுகளில் இருந்தும் மக்கள் பெரிய அளவில் வந்து இங்கு குடியேறியதால் விளைந்ததாகும். அமெரிக்கப் பொருளாதாரம் உலகின் மிகப்பெரிய தேசிய பொருளாதாரமாய்த் திகழ்கிறது.

அட்லாண்டிக் கடல் படுகை மீது அமைந்த இங்கிலாந்தின் பதின்மூன்று குடியேற்ற நாடுகளே முதலில் அமெரிக்காவை நிறுவின.

அலாஸ்கா பூர்வீகக் குடிகள் உள்ளிட்ட பிரதான அமெரிக்காவின் பூர்வீகக் குடிகள் ஆசியாவில் இருந்து குடியேறியவர்கள். அவர்கள் குறைந்தது 12000 பேர் 40000 ஆண்டுகள் முன்னதாக வந்து குடியேறினர்.

ஐரோப்பியர்கள் அமெரிக்காவில் குடியேறத் துவங்கிய பின், பல பூர்வீக அமெரிக்கர்கள் சின்னம்மை போன்ற இறக்குமதியான நோய்த் தொற்று களுக்குப் பலியானார்கள்.

கி.பி. 1492-ல் ஜெனோவாவின் ஆய்வுப் பயணியான கிறிஸ்டோபர் கொலம்பஸ், ஸ்பெயின் மன்னரின் ஒப்பந்தத்தின்கீழ் பல்வேறு கரீபியன் தீவுகளை எட்டினார்.

அங்கிருந்த பூர்வீகக் குடிகளை முதலில் தொடர்பு கொண்டார். ஏப்ரல் 2, 1513 அன்று ஸ்பெயினின் வெற்றியாளரான ஜுவான் போன்ஸ் டி லியோன் அவர், லாபுளோரிடா என்றழைத்த ஒரு பகுதியில் காலடி வைத்தார்.

இவை யாவும் தற்போதைய அமெரிக்காவில் ஐரோப்பியர்கள் முதன் முதலில் காலடி வைத்த பின் நடந்த நிகழ்வுகளின் முதன்மை ஆவணங்கள் ஆகும்.

பிராந்தியத்தில் ஸ்பெயின் குடியேற்றங்களைத் தொடர்ந்து தற்போதைய நாளின் தென்மேற்கு அமெரிக்கப் பகுதியினர் இவர்கள் மெக்சிகோ வழியே ஆயிரக்கணக்கில் வந்தனர்.

இறுதியில் வட அமெரிக்காவின் உள்பகுதியில் பெரும்பகுதியை மெக்ஸிகோ வளைகுடா வரைக்கும் பிரான்ஸ் உரிமை கொண்டாடியது.

முதல் வெற்றிகரமான ஆங்கிலக் குடியேற்றங்கள் 1607-ஆம் ஆண்டில் ஜேம்ஸ் டவுனில் வர்ஜினியா குடியேற்ற நாடு மற்றும் 1620ல் ஏற்பட்ட யாத்ரீகர் பிளைமவுத் குடியேற்ற நாடு ஆகியவையாகும்.

1507-ஆம் ஆண்டில், ஜெர்மனியின் வரைபட நிபுணரான மார்ட்டின் வால்ட்ஸ் முல்லர் தான் தயாரித்த உலக வரைபடத்தில், மேற்கத்திய அரைக் கோள நிலப்பகுதிக்கு இத்தாலிய ஆய்வுப் பயணியும் வரைபட நிபுணருமான அமெரிகோ வெஸ்புச்சியின் பெயரில் அமெரிக்கா எனப் பெயரிட்டார்.

முன்னர் பிரித்தானிய குடியேற்ற நாடாக இருந்தவை, நாட்டின் புதிய பெயரை சுதந்திரப் பிரகடனத்தில் முதன் முறையாகப் பயன்படுத்தின.

சூலை 4, 1776 அன்று ஐக்கிய அமெரிக்க நாடுகளின் பிரதிநிதிகளைக் கொண்ட பதின்மூன்று அமெரிக்க ஐக்கிய அரசாங்கங்களின் கருத்தொருமித்த பிரகடனமாக இது அமைந்தது. தற்போதைய பெயரை நவம்பர் 15, 1777 அன்று இறுதியாக ஏற்றுக் கொண்டது.

இரண்டாம் கட்டப் பேரவையில் நிறைவேறிய கூட்டமைப்பு பகுதி இனி, யுனைடெட் ஸ்டேட்ஸ் ஆப் அமெரிக்கா என இருக்கும் யுனைடெட் ஸ்டேட்ஸ் என்னும் சுருக்க வடிவமும் ஏற்றுக் கொள்ளப்படும். யு.எஸ்.,

யு.எஸ்.ஏ., அமெரிக்கா ஆகியவை பிற பொது வடிவங்களில் அடக்கம்.

ஒரு காலத்தில் அமெரிக்காவிற்கு பிரபல பெயராக இருந்த கொலம்பியா என்பது கிறிஸ்டோபர் கொலம்பசிடம் இருந்து வரப்பெற்றதாகும்.

அமெரிக்க நாட்டுக் குடிமகனைப் பொதுவாக அமெரிக்கர் என்று அழைக்கலாம். ஐக்கிய மாநிலங்கள் என்பது அடைமொழியாக இருந்தாலும் கூட அமெரிக்கா மற்றும் யு.எஸ். ஆகியவைதான் இந்நாட்டிற்குப் பெரும்பாலும் பயன்படுத்தும் பொதுவான அடைமொழிகளாக இருக்கின்றன.

ஆரம்பத்தில் யுனைடெட் ஸ்டேட்ஸ் என்கிற பதம் பன்மையில் பயன் பட்டது. பின் உள்நாட்டு யுத்தம் முடிவுக்கு வந்த சமயத்தில் ஒருமையாகக் கருதுவது பழக்கத்தில் வந்தது.

1760-ஆம் ஆண்டுகளிலான புரட்சிகர காலகட்டத்திலும் 1770-ஆம் ஆண்டுகளின் துவக்கத்திலும் அமெரிக்கக் குடியேற்ற நாடுகளுக்கும் பிரித்தானியர்களுக்கும் இடையிலான பதற்றங்கள் அமெரிக்கப் புரட்சி போருக்கு இட்டுச் சென்றது.

இப்போர் 1775-ஆம் ஆண்டு முதல் 1781-ஆம் ஆண்டு வரை நிகழ்ந்தது. ஜூன் 14, 1775 அன்று பிலடெல்பியாவில் கூடிய கண்ட மாநாடு ஜார்ஜ் வாஷிங்டன் தலைமையில் ஒரு கண்ட அளவிலான ராணுவத்தை அமைத்தது.

அனைத்து மனிதர்களும் சமமாகப் படைக்கப்பட்டுள்ளார்கள் என்ற வாசகத்துடன் இந்த மாநாடு அமெரிக்க விடுதலை சாற்றுரையை நிறை வேற்றியது.

இந்த சாற்றுரை வரைவு ஜூலை 4, 1776 அன்று தாமஸ் ஜெபர்சனின் பெரும் பங்களிப்புடன் உருவானது. இந்தத் தேதியில் இப்போது ஆண்டு தோறும் அமெரிக்க விடுதலை நாள் கொண்டாடப்பட்டு வருகிறது.

அட்லாண்டிக் கடல் படுகை மீது அமைந்த இங்கிலாந்தின் பதின்மூன்று குடியேற்ற நாடுகளே முதலில் அமெரிக்காவை நிறுவின. ஜூலை 4, 1776 அன்று விடுதலை பிரகடனத்தை வெளியிட்டனர்.

அமெரிக்க புரட்சிப் போரில் எதிர்ப்பு அரசாங்கங்கள் இங்கிலாந்தை தோற்கடித்தன. இதுதான் வெற்றிகரமான முதல் குடியேற்ற நாடுகளின் விடுதலைப் போராகும்.

19-ஆம் நூற்றாண்டில் பிரான்ஸ், எசுப்பானியா, இங்கிலாந்து, மெக்ஸிகோ மற்றும் ரஷ்யாவிடமிருந்து மேலும் டெக்சஸ் குடியரசையும் மற்றும் ஹவாய் குடியரசையும் இணைத்துக் கொண்டது.

ஸ்பெயின் - அமெரிக்கப் போரும் முதலாம் உலகப் போரும் அமெரிக்காவை ஒரு ராணுவ சக்தியாக உறுதிப்படுத்தியது.

1945-ஆம் ஆண்டில் இரண்டாம் உலகப் போருக்குப் பின் அணு ஆயுதங்கள் கொண்டிருந்த முதலாவது நாடாக இருந்தது. ஐ.நா. பாதுகாப்பு சபையின் ஒரு நிரந்தர உறுப்பினராக மற்றும் நேட்டோ அமைப்பின் நிறுவன ராக அமெரிக்கா வெளிப்பட்டது.

பனிப்போர் முடிவுக்கு வந்ததும் சோவியத் ஒன்றியம் உடைந்ததும் அமெரிக்கா ஒட்டுமொத்த வல்லரசு என்றானது.

உலகின் ஒட்டுமொத்த ராணுவ செலவினத்தில் இந்நாடு சுமார் 50% கொண்டுள்ளது. உலகின் முன்னணி பொருளாதார அரசியல் மற்றும் கலாச்சார சக்தியாகவும் உள்ளது.

38

அமெரிக்காவின் பேரரசு வாதப் போக்கு

பிரித்தானிய காலனி ஆதிக்கத்தின் கீழ் இருந்த நாடாக பேரரசு வாத எதிர்ப்பினை வெளிப்படுத்தி வந்த அமெரிக்கா, காலப்போக்கில் தனது கொள்கையிலிருந்து விலகி இன்று முக்கிய பேரரசு வாத சக்தியாக விளங்கி வருகிறது.

19-ஆம் நூற்றாண்டின் பிற்பகுதியிலும் 20-ஆம் நூற்றாண்டின் ஆரம்பத்திலும் தியோடர் ருஸ்வெல்ட் மத்திய அமெரிக்காவில் செயல்படுத்திய தலையீட்டுக் கொள்கைகள் மற்றும் உட்ரோ வில்சன் அமெரிக்க பாராளு மன்றத்தின் கூட்டத்தில் ஜனநாயகத்திற்காக உலகத்தைப் பாதுகாப்போம் என்று முழங்கியது, அமெரிக்காவின் போக்கில் பெரும் மாற்றத்தைக் கொண்டு வந்தது.

அமெரிக்கா பெரும்பாலும் இராணுவப் படைகளால் ஆதரவளிக்கப்பட்டு அவை திரைக்குப் பின்னால் இருந்து கொண்டு பெரும்பாலும் இயக்கப் பட்டன.

வரலாற்றுப் பேரரசுகளின் ஆதிக்கம் மற்றும் மேலாதிக்கத்தின் பொது வான கருத்துடன் இது ஒத்திருக்கிறது. 1898-ல் ஏகாதிபத்தியத்தை எதிர்த்த அமெரிக்கர்கள் பிலிப்பைன்சிலும் கியூபாவிலும் பேரரசு வாத எதிர்ப்பு

அமைப்புகளை உருவாக்கினர். 2015-ஆம் ஆண்டின் புள்ளி விபரப்படி உலகம் முழுவதும் 70க்கும் மேற்பட்ட நாடுகளில் கிட்டத்தட்ட 800 ராணுவ தளங்களை அமெரிக்கா கொண்டுள்ளது.

ஏகாதிபத்தியம் அல்லது பேரரசுவாதம் (இம்பிரியாலிசம்) என்பது பேரரசு ஒன்றை உருவாக்கும் அல்லது அதனைப் பேணும் நோக்குடன் வெளி நாட்டின் மீது தொடர்ச்சியான கட்டுப்பாட்டையோ மேலாதிக்கத்தையோ செலுத்தும் கொள்கையாகும்.

இது ஆட்சிப் பகுதிகளை கைப்பற்றுவதன் மூலமோ, குடியேற்றங்களை ஏற்படுத்துவதன் மூலமோ மறைமுகமான வழிமுறைகள் மூலம் அரசியல் அல்லது பொருளாதாரத்தின் மீது செல்வாக்கு அல்லது கட்டுப்பாட்டை வைத்திருப்பதன் மூலமோ இது சாத்தியப்படுகின்றது.

அடக்கப்பட்ட நாடு, தன்னைப் பேரரசின் ஒரு பகுதியாகக் கருதுகிறதோ இல்லையோ என்பதைக் கருத்தில் கொள்ளாமல், ஒரு நாடு தொலைவிலுள்ள நாடுகளின் மீது கொண்டிருக்கும் மேலாதிக்கம் கொள்கைகளை விவரிக்கவே பேரரசு வாதம் என்ற சொல் பயன்படுத்தப்படுகிறது.

ஏகாதிபத்திய காலம் ஐரோப்பிய நாடுகள் பிற கண்டங்களில் குடியேற்றங் களை ஏற்படுத்தத் தொடங்கிய காலத்தையே குறிக்கின்றது.

பேரரசு வாதம் என்பது தொடக்கத்தில் 1500களின் பிற்பகுதியில் பிரித்தானியா, பிரான்ஸ் ஆகிய நாடுகளின் ஆப்பிரிக்கா, அமெரிக்காவை நோக்கிய விரிவாக்கம் தொடர்பான கொள்கைகளைக் குறிக்கவே பயன் பட்டது.

முதலாளித்துவம், புதிய சந்தை வாய்ப்புக்களையும் வளங்களையும் தேடுவதற்காக ஏகாதிபத்தியத்தைத் தூண்டி விட்டதாக லெனின் வாதிட்டார். ஜப்பான், கொரியா, இந்தியா, சீனா, அசிரியா, பண்டைய எகிப்து, பண்டைய கிரேக்கம், ரோமப் பேரரசு, பைசாந்திஸ் பேரரசு, பாரசீகப் பேரரசு, ஒட்டோமான் பேரரசு, பிரிட்டிஷ் பேரரசு மற்றும் பல பேரரசுகளின் வரலாற்றில் பேரரசு வாதம் மிக முக்கியப் பங்கு வகித்துள்ளது.

மங்கோலிய சாம்ராஜ்யத்தின்போது செங்கிஸ்கானின் வெற்றிக்கும் மற்றும் பல பேரரசர்களின் வெற்றிக்கு முக்கியத்துவம் வாய்ந்ததாக பேரரசு வாதம் இருந்துள்ளது.

வரலாற்று ரீதியாக அங்கீகரிக்கப்பட்ட பன்னிரெண்டுக்கும் அதிகமான முஸ்லீம் பேரரசுகளும், துணை சஹாரா ஆப்பிரிக்காவில் ஐரோப்பிய காலனித்துவ சகஸ்தத்தை முன்னெடுத்துச் செல்லும் 12க்கும் அதிகமான பேரரசுகள் இடம் பெற்றன.

உதாரணமாக, எத்தியோப்பியன் பேரரசு ஓயோ பேரரசு, அசாந்த் யூனியன், லுபா சாம்ராஜ்யம், லுண்டலா சாம்ராஜ்யம் மற்றும் முடாப்பிய பேரரசு ஆகியனவாகும்.

பண்டைய கொலம்பிய யுகத்தில் அமெரிக்கர்கள் ஆஸ்டெக் பேரரசு மற்றும் இன்க் பேரரசு போன்ற பெரிய பேரரசுகளைக் கொண்டிருந்தனர்.

39

அகலாத அமெரிக்காவின் ஆதிக்க வெறி

உலக நாடுகள் மிது பல்வேறு காரணங்களை முன்னிறுத்தி அமெரிக்கா அன்றிலிருந்து இன்றுவரை அதன் தலையீடுகளும் மேற்கொண்ட போர்களும் மிக நீண்ட பட்டியலாக வரலாற்றில் பல கேள்விகளை உள் எழுப்பிய நிலையிலும் எதிர் விமர்சனக் கருத்தலைகளை உருவாக்கியபடியும் இருந்து வருவதை யாரும் மறுக்க முடியாது.

1890 முதல் *1999* வரையிலான அமெரிக்க இராணுவத் தலையீடுகளின் நீண்ட பட்டியலை வரலாற்று ஆவணங்கள் குறிப்பிடுகின்றன.

செய்தி அறிக்கைகள் தவிர காங்கிரஸ் ஆவணங்கள் *(23* ஜுன் *1969)* அமெரிக்கக் கப்பற்படையின் *180* நடவடிக்கைகள் பற்றிய வரலாற்றுக் குறிப்புகள், கவுண்டர் ஸ்பையில் எஜ் மற்றும் மகிஜானி காங்கிரஸ் ஆய்வுப் பிரிவைச் சேர்ந்த எல்லன் சிகோவியர் எழுதிய பிற நாடுகளில் அமெரிக்கப் படைகளை பயன்படுத்திய நிகழ்வுகள் ஆகிய ஆவணங்களும் இத்தகைய பட்டியலை நமக்குத் தருகின்றன.

இதுவே முற்றும் முழுவதுமான அமெரிக்க தலையீடு பட்டியல் என்று கூறி முற்றுப்புள்ளி வைத்துவிட முடியாது.

ஏனெனில், இராணுவப் போலீஸ் படையின் பயிற்சி அச்சுறுத்தல்கள், தேசியக் காவல் படையின் நகர்வுகள், கடலுக்குள் கப்பற்படை வலிமை காட்டி அச்சுறுத்தல்கள், பாதுகாப்புத்துறை சாராத பணியாளர்களைப் பயன்படுத்திய நடவடிக்கைகள், நிரந்தரமாக இராணுவத்தை நிறுத்துதல், மறைமுகமான நடவடிக்கைகள், பிற நாட்டு போர் விமானங்கள் ஒட்டவதற்கு அமெரிக்க விமானிகளைப் பயன்படுத்தி நடவடிக்கைகள், இராணுவப் பயிற்சி அளித்தல்கள் போன்ற பலவிதமான இராணுவத் தலையீடுகள், அமெரிக்க அரசு மீதான இந்தக் குற்றப்பட்டியலில் சேர்க்கப் படவில்லை என்றே கூற வேண்டும்.

❖ *தெற்கு டகோடா - 1890*

துருப்புகள் உண்டட் நீயில் *300* டகோடா இந்தியர்கள் கொல்லப் பட்டனர்.

❖ *அர்ஜென்டினா - 1890*

துருப்புகள் - பியூனஸ் ஏயர்ஸின் நலனுக்காக

❖ *சிலி - 1891*

துருப்புகள் - கப்பற்படை தேசியப் போராளிகளுடன் மோதியது.

❖ *ஹெய்த்தி - 1891*

துருப்புகள் - நவாகா தீவின் மீது உரிமை கோரி கருப்பர்கள் நடத்திய கலகம் முறியடிக்கப்பட்டது.

❖ *இடா ஹோ - 1891*

துருப்புகள் - வெள்ளிச் சுரங்கத் தொழிலாளிகளின் போராட்டம் ஒடுக்கப்படுகிறது.

❖ *ஹவாய் - 1893*

துருப்புகள் - கப்பற்படை சுதந்திரமான அரசு தூக்கி எறியப்பட்டு இணைத்துக் கொல்லப்பட்டது.

❖ *சிகாகோ - 1894*

துருப்புகள் - ரயில்வே தொழிலாளர்கள் வேலை நிறுத்தம் முறியடிப்பு. *34* பேர் கொல்லப்பட்டனர்.

❖ *நிகரகுவா - 1894*

துருப்புகள் - புளூஃபீல்ட்சைக் கைப்பற்றி ஒரு மாதம் வைத்திருத்தல்.

- சீனா - 1894

  கப்பற்படை துருப்புகள் சீனா - ஜப்பான் போரில் கப்பற்படை வீரர்கள் இறக்கப்பட்டனர்.

- கொரியா - 1894-96

  துருப்புகள் - போரின்போது கப்பற்படை வீரர்கள் இறக்கப்பட்டனர்.

- பனாமா - 1895

  துருப்புகள் - கடற்படையினர் கொலம்பியா பகுதியில் இறக்கப்பட்டனர்.

- நிகரகுவா - 1896

  துருப்புகள் கொரிண்டோ துறைமுகத்தில் கடற்படை இறங்கியது.

- சீனா - 1888-1900

  துருப்புகள் பாக்சர் கலகத்தினர் வெளிநாட்டுப் படைகளால் தாக்கப்பட்டனர்.

- பிலிப்பைன்ஸ் - 1898 - 1970

  கடற்படை துருப்புகள் 6,00,000 பிலிப்பைன் மக்களை ஸ்பெயினிலிருந்து கைப்பற்றிக் கொன்றனர்.

- க்யூபா - 1898 - 1902

  கடற்படை துருப்புகள் ஸ்பெயினிடமிருந்து கைப்பற்றப்பட்ட பகுதி கடற்படைத் தளமாக இன்னும் பாவிக்கப்படுகிறது.

- பியூர்டோ ரிகோ - 1898

  கடற்படை, துருப்புகள் ஸ்பெயினிலிருந்து கைப்பற்றப்பட்டு இன்றும் அமெரிக்க ஆதிக்கத்தில் உள்ளது.

- குவாம் - 1898

  கடற்படை துருப்புகள் ஸ்பெயினிலிருந்து கைப்பற்றப்பட்டு இன்றும் தளமாகப் பாவிக்கப்படுகிறது.

- மினெசோட்டா - 1898

  துருப்புகள் லீச் ஏரியில் சிப்பேவாவுடன் இராணுவம் மோதியது.

- நிகரகுவா - 1898

  துருப்புகள் ஜுவான் டென்சூர் துறைமுகத்தில் கடற்படை இறங்கல்.

- சமோவா - 1899

  துருப்புகள் அரியணைத் தகராறில் தலையீடு
- நிகரகுவா - 1899

  துருப்புகள் புனூஃபீல்ட்ஸ் துறைமுகத்தில் கடற்படை இறக்கம்.
- இடாஹோ - 1899 - 1901

  துருப்புகள் சோயூர்டி அலீன் சுரங்கப் பகுதியை படைகள் கைப்பற்றப் படுதல்.
- ஒக்ல ஹோமா - 1901

  துருப்புகள் கிரீக் இந்தியப் புரட்சியாளர்களுடன் படை மோதுகிறது.
- பனாமா - 1901 - 14

  கடற்படை துருப்புகள் கொலம்பியாவிலிருந்து துண்டித்தல் கால் வாய்ப் பகுதியை இணைத்தல்.
- ஹோண்டுதஸ் - 1903

  துருப்புகள் உள்நாட்டுப் புரட்சியில் தலையீடு
- டொமினிகன் ரெப் 1903 - 04

  துருப்புகள் உள்நாட்டுப் புரட்சியில் அமெரிக்க நலன்கள் பாதுகாக்கப் படுதல்.
- கொரியா 1904 - 05

  துருப்புகள் ருசியா - ஜப்பானியப் போரில் படை இறக்கம்
- கியூபா - 1904 - 09

  துருப்புகள் ஜனநாயகத் தேர்தலில் தலையீடு
- நிகரகுவா - 1907

  துருப்புகள் டாலர் ராஜதந்திரப் பாதுகாப்பு நிறுவனம் நிறுவப்படல்.
- ஹோண்டூரஸ் - 1907

  துருப்புகள் நிகரகுவாவுடனான போரில் கடற்படை இறக்கம்.
- பனாமா - 1908

  துருப்புகள் தேர்தலில் படைகள் தலையீடு.
- நிகரகுவா - 1910

துருப்புகள் புனூஃபீல்ட்ஸ், கொரிண்டோ துறைமுகங்களில் கடற்படை இறக்கம்.

- *ஹோண்டு ரஸ் - 1911*

  துருப்புகள் உள்நாட்டுப் போரில் அமெரிக்க நலன்கள் பாதுகாக்கப் படல்.

- *சீனா 1911-1941*

  கடற்படை துருப்புகள் மோதல்களுடன் தொடர்ந்து ஆக்கிரமிப்பு.

- *க்யூபா - 1912*

  துருப்புகள், ஹவானாவில் அமெரிக்க நலன்கள் பாதுகாக்கப்படல்.

- *பனாமா - 1911*

  துருப்புகள் தேர்தலின்போது படைத் தலையீடு.

- *ஹோண்டுரஸ் - 1912*

  துருப்புகள் அமெரிக்கப் பொருளாதார நலன்கள் பாதுகாக்கப்படுதல்.

- *நிகரகுவா - 1912-33*

  குண்டுவீச்சு கொரில்லாக்களுடன் மோதல் 20 ஆண்டு ஆக்கிரமிப்பு.

- *மெக்ஸிகோ - 1913*

  துருப்புகள் கடற்படைப் புரட்சியின்போது அமெரிக்கர்கள் வெளி யேற்றப்படுதல்.

- *டொமினிகள் குடியரசு - 1914*

  துருப்புகள் கடற்படை சாந்தோ டோமிங்கோவிற்காகப் போராளி களுடன் மோதல்.

- *கெலோராடோ - 1914*

  துருப்புகள் சுரங்கத் தொழிலாளிகள் வேலை நிறுத்தத்தை படை கொண்டு ஒடுக்குதல்.

- *மெக்ஸிகோ - 1914-18*

  கடற்படை, துருப்புகள் தேசியப் போராளிகளுக்கு எதிராகத் தொடர்ச்சியான தலையீடுகள்.

- *ஹெய்த்தி - 1914-34*

துருப்புகள் குண்டு வீச்சு கலகங்களுக்குப் பின்பு 19 ஆண்டு கால ஆக்கிரமிப்பு.

- டொமினிகள் குடியரசு - *1916 - 24*

  துருப்புகள் எட்டு ஆண்டுகள் ஆக்கிரமிப்பு

- க்யூபா - *1917-33*

  துருப்புகள் இராணுவத் தலையீடு பொருளாதார நலன்களைக் காத்தல்.

- முதலாம் உலகப் போர் - *1917 - 18*

  கடற்படை, துருப்புகள் கப்பல்கள் மூழ்கடிக்கப்படுதல் ஜெர்மனியுடன் போர்.

- ருஷ்யா - *1918-22*

  கடற்படை துருப்புகள் போல்ஷ்விக்குகளுக்கு எதிராக 5 முறை படை இறக்கம்.

- பனாமா - *1918-20*

  துருப்புகள் தேர்தலுக்குப் பிந்தைய கலவரங்களும் காவல் பணியும்.

- யூகோஸ்லோவியா - *1919*

  துருப்புகள் டல்மேஷியாவில் இத்தாலிக்கு ஆதரவாகவும் செர்பியர்களுக்கு எதிராகவும் தலையீடு.

- ஹோண்டுரஸ் - *1919*

  துருப்புகள் தேர்தல் பிரச்சாரத்தின்போது படை இறக்கம்.

- கவுதமாலா - *1920*

  துருப்புகள் யூனியனிஸ்டுகளுக்கு எதிராக இரு வாரங்கள் தலையீடு.

- மேற்கு வர்ஜீனியா - *1920-21*

  துருப்புகள் குண்டு வீச்சு சுரங்கத் தொழிலாளர்களுக்கு எதிராக படைத் தலையீடு.

- துருக்கி - *1922*

  துருப்புகள் இஸ்மீரில் தேசியவாதிகளுக்கு எதிராகப் போர்.

- சீனா - *1922-27*

  கடற்படை துருப்புகள் தேசியப் போராட்டத்திற்கு எதிராகப் படை

நிறுத்தல்.

- ஹோண்டுரஸ் - *1924-25*

  துருப்புகள் தேர்தல் தகராறுகளின்போது இருமுறை படை இரக்கம்.

- பனாமா - *1925*

  துருப்புகள் பொது வேலை நிறுத்தத்தை ஒடுக்குதல்.

- சீனா - *1927 - 34*

  துருப்புகள் நாடு முழுவதும் வீரர்கள் நிறுத்தப்படுதல்.

- எல்சாவ்டார் - *1932*

  கடற்படை ஃபாரிபுன்டோ மார்டில் புரட்சியின்போது போர்க் கப்பல்கள் அனுப்பப்படுதல்.

- வாஷிங்டன் டிசி - *1932*

  துருப்புகள் முதலாம் உலகப் போர் வெட் போனஸ் போராட் டத்தைப் படைகள் ஒடுக்குதல்.

- இரண்டாம் உலகப் போர் - *1942 - 45*

  கடற்படை, துருப்புக், குண்டு வீச்சு, அணுகுண்டு வீச்சு மூன்று ஆண்டுகள் அச்சு நாடுகளை எதிர்த்துப் போர் முதல் அணுகுண்டு வீச்சு.

- எட்ராய்ட் - *1943*

  துருப்புகள் கருப்புப் புரட்சியை படைகள் ஒடுக்குதல்.

- ஈரான் - *1946*

  அணுகுண்டு மிரட்டல், ஈரானிய அஸெர்பெய் ஜானிலிருந்து விலகச் சொல்லி சோவியத் துருப்புகள் மிரட்டப்படுதல்.

- யூகோஸ்லோவியா - *1946*

  கடற்படை அமெரிக்கப் போர் விமானத்தை சுட்டு வீழ்த்தியதற்கு எதிராக நடவடிக்கை.

- உருகுவே - *1947*

  அணுகுண்டு மிரட்டல், மிரட்டும் முகமாக குண்டு வீச்சுகள் நடத்தப் படுதல்.

- கிரீஸ் *1947 - 49*

  அதிரடிப்படை நடவடிக்கை உள்நாட்டுப் போரில் தீவிர வலதுசாரிகளுக்கு ஆதரவாக.

- *சீனா - 1947-49*

  துருப்புகள் கம்யூ. வெற்றிக்கு முன்பாக அமெரிக்கர்கள் வெளியேற்றப்படுதல்.

- *ஜெர்மனி - 1948*

  அணுகுண்டு மிரட்டல், அணுகுண்டு வீசிகளின் அணிவகுப்போடு பெர்லின் நடவடிக்கை.

- *பிலிப்பைன்ஸ் - 1948 - 54*

  அதிரடிப்படை நட்வடிக்கை. ஹுக் புரட்சிக்கு எதிராக சி.ஐ.ஏ. போர் வழிகாட்டல்.

- *பியூட்கோ ரிக்கோ - 1950*

  அதிரடிப்படை நடவடிக்கை போன்ஸில் சுதந்திரத்திற்கான போராட்டம் ஒடுக்கப்படுதல்.

- *கொரியா - 1950-53*

  துருப்புகள் கடற்படை குண்டு வீச்சு அணுகுண்டு மிரட்டல்கள் சீனாவுக்கும் வடகொரியாவுக்கும் எதிராக தென்கொரியாவுக்கு ஆதரவாக அணுகுண்டு மிரட்டல் இன்றும் தென்கொரியாவில் தளங்கள்.

- *ஈரான் - 1953*

  அதிரடிப்படை நடவடிக்கை ஜனநாயக அரசை சி.ஐ.ஏ. கவிழ்த்து ஷா மன்னனை அமர்த்துதல்.

- *வியட்நாம் - 1954*

  அணுகுண்டு மிரட்டல், முற்றுகைக்கு எதிராகப் பயன்படுத்துமாறு பிரான்சுக்கு குண்டு வழங்குதல்.

- *கவுதமாலா - 1954*

  அதிரடிப்படை நடவடிக்கை குண்டு வீச்சு. அணுகுண்டு மிரட்டல் புதிய அரசு அமெரிக்கக் கம்பெனிகளின் நிலங்களைத் தேசிய உடமை யாக்கியவுடன் படையெடுப்பு, குண்டு வீசி நிகரகுவாவில் நிறுத்தப் படுதல்.

- *எகிப்து - 956*

  அணுகுண்டு மிரட்டல் துருப்புகள், சூயஸ் பிரச்சினையிலிருந்து தள்ளி

நிற்குமாறு சோவியத்துக்கு மிரட்டல், வெளிநாட்டார்களை அமெரிக்கப் படைகள் வெளியேற்றுதல்.

- லெபனான் - 1958

  துருப்புகள் கப்பற்படை புரட்சியாளர்ளுக்கு எதிராக அமெரிக்கப் படை ஆக்கிரமிப்பு.

- ஈராக் - 1958

  அணுகுண்டு மிரட்டல், குவைத்துக்கு எதிராகப் படையெடுப்பு கூடாது என்று ஈராக்குக்கு எச்சரிக்கை.

- சீனா - 1958

  அணுகுண்டு மிரட்டல், தைவான் தீவுகளுக்கு நகரக்கூடாது என சீனாவுக்கு ஆணை.

- பனாமா - 1958

  துருப்புகள் எதிர்ப்புகள் மோதல்களாக வடிவெடுக்கின்றன.

- வியட்நாம் 1960 - 1975

  துருப்புகள் கடற்படை குண்டு வீச்சு அணுகுண்டு மிரட்டல் வட வியட்நாமிற்கும் தென் வியட்நாமிற்கும் இடையேயான கலவரங்களுக்கு எதிராக தாக்குதல் அமெரிக்காவின் இந்த நீண்ட போரில் 1 - 2 மில்லியன் பேர் கொல்லப்படுகின்றனர்.

- க்யூபா - 1961

  அதிரடி நடவடிக்கை சி.ஐ.ஏ. வழிகாட்டலுடன் அகதிகள் மூலமான ஆக்கிரமிப்பு தோல்வி.

- ஜெர்மனி - 1961

  பெர்லின் சுவர் பிரச்சினையின்போது அணுகுண்டு மிரட்டல்.

- கியூபா - 1962

  அணுகுண்டு மிரட்டல், கடற்படை ஏவுகணைப் பிரச்சினையின் போது முற்றுகை, ரஷ்யாவுடன் போர்.

- லாவோஸ் - 1962

  அதிரடிப்படை நடவடிக்கை, கொரில்லா போருக்கு எதிராக இராணுவக் குவிப்பு.

* பனாமா - 1964

   துருப்புகள் கால்வாய் திருப்ப வேண்டுமென்று கேட்டதற்காகப் பர்மியர்களை சுட்டுத்தள்ளியது.

* இந்தோனேசியா - 1965

   அதிரடிப் படை நடவடிக்கை. சி.ஐ.ஏ. உதவியுடனான இராணுவ ஆட்சிக் கவிழ்ப்பில் பத்து லட்சம் பேர் கொல்லப்படுதல்.

* டொமினியன் குடியரசு - 1965-66

   துருப்புகள் குண்டுவீச்சு தேர்தல் பிரச்சாரத்தின்போது படைகள் இறங்குதல்.

* கவுதமாலா - 1966-67

   அதிரடிப்படை நடவடிக்கை, போராளிகளுக்கு எதிராக கிரீன் பெரெட்ஸ் ஊடுருவல்.

* டெட்ராய்ட் - 1967

   துருப்புகள் கருப்பர்களுக்கு எதிராகத் தாக்குதல், 43 பேர் கொல்லப்படுதல்.

* அமெரிக்கா - 1968

   துருப்புகள் மார்டின் லூதர் கிங் சுடப்பட்டவுடன் நகரங்களில் 21000 வீரர்கள் நிறுத்தப்படுதல்.

* கம்போடியா - 1969-75

   குண்டுவீச்சு துருப்புகள் கடற்படை பத்தாண்டு குண்டுவீச்சு, பட்டினி அரசியல் குழப்பம் ஆகியவற்றின் விளைவாக 1 லட்சம் பேர் கொல்லப்படுதல்.

* ஓமன் - 1970

   அதிரடிப் படை நடவடிக்கை, குண்டு வீச்சு, ஈரானிப் படை ஆக்கிரமிப்பிற்கு அமெரிக்கர்கள் வழிகாட்டல்.

* லாவோஸ் - 1971-73

   அதிரடிப்படை நடவடிக்கை, குண்டுவீச்சு தென் வியட்நாமியப் படை யெடுப்புக்கு அமெரிக்க வழிகாட்டல் கிராமப்புறங்களில் கம்பளக் குண்டுகள் வீசுதல்.

❖ தென் டகோடா - *1973*

அதிரடிப்படை நடவடிக்கை டகோடாக்களை முற்றுகையிட உண்டட் நீக்கு அமெரிக்கா வழிகாட்டுதல்.

❖ மத்திய கிழக்கு - *1973*

அணுகுண்டு மிரட்டல் உலகளவில் போருக்கான அச்சுறுத்தல் நிலை.

❖ சிலி - *1973*

அதிரடிப்படை நடவடிக்கை தேர்ந்தெடுக்கப்பட்ட கம்யூனிஸ்ட் தலைவரான அல்லென்டேயை சி.ஐ.ஏ. உதவியுடனான ஆட்சிக் கவிழ்ப்பு அகற்றிக் கொள்கிறது.

❖ கம்போடியா - *1975*

துருப்புகள் குண்டுவீச்சு, கப்பலைக் கைப்பற்றுதல், எலிகாப்டர்கள் வீழ்த்தப்பட்டதில் 28 பேர் சாவு.

❖ அங்கோலா - *1976-92*

அதிரடிப்படை நடவடிக்கை, தென் ஆப்பிரிக்காவைத் தளமாகக் கொண்ட எதிர்ப்பாளர்களுக்கு சி.ஐ.ஏ. உதவி.

❖ ஈரான் - *1980*

துருப்புகள், அணுகுண்டு மிரட்டல் தூதரக ஊழியர்களைக் காப்பாற்றும் நடவடிக்கை. புரட்சியில் தலையிடக் கூடாது என ரஷ்யாவுக்கு எச்சரிக்கை.

❖ லிபியா - *1981*

கடற்படை இரண்டு லிபிய விமானங்களை சுட்டு வீழ்த்துதல்.

❖ எல்சவ்டார் - *1981-92*

அதிரடிப்படை நடவடிக்கை, துருப்புகள், எதிர்த்தரப்புக் கலவரக்காரர் களுக்கு உதவி.

❖ நிகரகுவா - *1981-90*

அதிரடிப்படை நடவடிக்கை கடற்படை கோன்ட்ரா படையெடுப்புக்கு சி.ஐ.ஏ. தூண்டுதல், புரட்சிக்கு எதிராகக் கண்ணி வெடிகளைப் பயன்படுத்துதல்.

❖ ஹோண்டுரஸ் - *1983-84*

கடற்படை, குண்டு வீச்சு, துருப்புகள் பலாங்கிஸ்டுகளை ஆதரித்து பி.எல்.ஓ. வெளியேற்றப்படுதல். இசுலாமிய மற்றும் சிரியா நிலைகளின் மீது கப்பற்படை குண்டுவீச்சு.

- ஹோண்டுரஸ் - *1983-88*

  துருப்புகள் எல்லை அருகே தளங்கள் அமைத்தல்.

- கிரெனடா - *1983-84*

  துருப்புகள் குண்டு வீச்சு புரட்சிக்கு நான்காண்டுகளுக்குப் பின்பு படையெடுப்பு.

- ஈரான் - *1984*

  ஜெட் விமானங்கள் பாரசீக வளைகுடா மீது இரு ஈரானிய ஜெட்கள் சுட்டு வீழ்த்தப்படுதல்.

- லிபியா - *1986*

  துருப்புகள் குண்டுவீச்சு.

- பொலிவியா - *1986*

  துருப்புகள் கோகெய்ன் பகுதியில் தாக்குதலுக்கு இராணுவம் உதவுதல்.

- ஈரான் - *1987-88*

  கடற்படை குண்டுவீச்சு போரில் ஈராக்கிற்கு ஆதரவாகத் தலையீடு.

- லிபியா - *1989*

  கடற்படை ஜெட்கள் இரண்டு லிபியன் ஜெட்கள் சுட்டு வீழ்த்தப் படுதல்.

- வர்ஜின் தீவுகள் - *1989*

  துருப்புகள் புனித கிராபிக்ஸ் கறுப்பு எதிர்ப்பில் தலையீடு.

- பிலிப்பைன்ஸ் - *1989*

  ஜெட்கள் ஆட்சி கவிழ்ப்புக்கு எதிராக அரசுக்கு விமானப் படை பாதுகாப்பு.

- பனாமா - *1989-90*

  குண்டுவீச்சு இராணுவம் தேசிய அரசைக் கவிழ்த்துத் தலைவர்கள் கைது. இரண்டாயிரத்திற்கும் மேற்பட்டோர் கொலை.

- சைபீரியா - *1990*

துருப்புகள் உள்நாட்டுப் போரின்போது வெளிநாட்டார்கள் வெளியேற்றப்படுதல்.

❖ *சவுதி அரேபியா - 1990-91*

துருப்புகள் ஜெட்கள், குவைத் ஆக்கிரமிப்பை எதிர்த்து ஈராக்குடன் போர், 540000 துருப்புகள், ஓமன், கட்டார், பஹ்ரெய்ன், யு.ஏ.இ. இஸ்ரேல் ஆகிய நாடுகளிலும் குவிப்பு.

❖ *ஈராக் - 1990*

குண்டுவீச்சு, துருப்புகள் ஜோர்டான் துறைமுகங்கள் முற்றுகை, விமானத்தாக்குதல் 2 லட்சத்துக்கும் மேற்பட்டோர் கொல்லப் படுதல், பறக்கக்கூடாத பகுதிகள், பொருளாதாரத் தடைகள், ஈராக் இராணுவம் பெரிய அளவில் அழிப்பு.

❖ *குவைத் - 1991*

கடற்படை, குண்டு வீச்சு, துருப்புகள் குவைத் அரச குடும்பம் மீண்டும் ஆட்சியில் அமர்த்தப்படுதல்.

❖ *லாஸ் ஏஞ்சல்ஸ் - 1992*

துருப்புகள் காவல் துறைக்கு எதிரான கிளர்ச்சியில் இராணுவம் கடற்படை பயன்படுத்தப்படுதல்.

❖ *சோமாலியா - 1992-94*

துருப்புகள், கடற்படை, குண்டு வீச்சு உள்நாட்டுப் போரை ஒட்டி அமரிக்கா ஐ.நா. தலையீடு.

❖ *யூகோஸ்லேவியா - 1992-94*

கடற்படை செர்பியா, மான்டி நீக்ரோ ஆகியவற்றில் நேடோ முற்றுகை.

❖ *ஹெய்த்தி - 1994-96*

துருப்புகள் கடற்படை இராணுவ அரசுக்கு எதிராக முற்றுகை, அதிபர் அரிஸ்டாட்டை ஆட்சி மாற்றத்திற்கு மூன்று ஆண்டுகளுக்குப் பின் மீண்டும் பதவியில் அமர்த்துதல்.

❖ *குரோஷியா - 1995*

குண்டு வீச்சு, குரோஷியத் தாக்குதலுக்கு முன்பாகவே இராஜினா செர்ப் விமான தளங்கள் தாக்கப்படுதல்.

- *ஸெய்ரோ - 1996-97*

  துருப்புகள் குவாண்டா ஹுடு அகதிகள் முகாமில் படைகள்.

- *சைபீரியா - 1997*

  துருப்புகள், வெளிநாட்டார்களை வெளியேற்றும் போது துப்பாக்கிச் சூடு.

- *அல்பேனியா - 1997*

  துருப்புகள் வெளிநாட்டார்களை வெளியேற்றும் போது துப்பாக்கிச் சூடு.

- *சூடான் - 1998*

  ஏவுகணைகள், பயங்கரவாதிகளின் இரசாயன ஆயுத தொழிற்சாலை எனக் குற்றம் சாட்டி மருந்துக் கம்பெனி ஒன்றைக் குண்டு வீசி அழித்தல்.

- *ஆப்கானிஸ்தான் - 1998*

  ஏவுகணைகள் தூதரகங்களைத் தாக்கியவர்கள் எனக் குற்றம் சாட்டி இசுலாமிய அடிப்படை வாதக் குழுக்கள் பயன்படுத்திய முன்னாள் சி.ஐ.ஏ. பயிற்சி முகாம்களைத் தாக்குதல்.

- *ஈராக் - 1996*

  குண்டுவீச்சு, ஏவுகணைகள் ஆயுத மேற்பார்வையாளர்கள் ஈராக்கைப் பார்வையிடுவது தடை செய்யப்படுவதாகக் புகார் சொன்னதன் பேரில் நான்கு நாட்கள் கடுமையான விமானத் தாக்குதல்.

- *யுகோஸ்லாவியா - 1999*

  குண்டு வீச்சு, ஏவுகணைகள் கொசேவாவிலிருந்து செர்பியா வெளியேற மறுத்த பிறகு என்ஏடிஓ-வின் கடுமையான விமானத் தாக்குதல்.

- *யேமன் - 2000*

  கடற்படை தற்கொலைப்படை தாக்குதல்.

- *மாசெடோனியா - 2001*

  துருப்புகள் அல்பேனியா எதிர்ப்பாளர்களிடமிருந்து என்ஏடிஓ துருப்புகள் ஆயுதங்களைப் பறித்தல்.

- *அமெரிக்கா - 2001*

ஜெட்கள், கடற்படை விமானங்களைக் கடத்தித் தாக்கியமைக்கு எதிர்வினை.

- *ஆப்கானிஸ்தான் - 2001*

தாலிபன், பின்லேடன் ஆகியோர் மீது தாக்குதல் என்ற பெயரில் கடும் விமானத் தாக்குதல், ஈராக், சூடான் ஆகியவற்றின் மீதும் போர் தொடரப்படும் அச்சுறுத்தல்.

40

13 அமெரிக்க காலனிகளின் விடுதலை

பிரித்தானிய சாம்ராஜ்யத்திடமிருந்து அமெரிக்க விடுதலை பெற்ற வரலாறு அமெரிக்க சுதந்திரப் போராக வர்ணிக்கப்படுகிறது.

இப்போரானது ஏப்ரல் 19, 1775ல் துவங்கியது. அதனைத் தொடர்ந்து ஜூலை 4, 1776ல் சுதந்திரப் பிரகடனம் செய்யப்பட்டது.

அமெரிக்கா என்றால் புதிய உலகம் என்று பொருள். இங்குள்ள பெரும்பாலான மக்கள் ஒரு காலகட்டத்தில் வேறு நாடுகளிலிருந்து புலம் பெயர்ந்தவர்கள்தான். அதற்கு முன்னால் அமெரிக்காவில் இந்தியர்கள் எனப்படும் பூர்வீக அமெரிக்கர்கள் (செவ்விந்தியர்கள்) வாழ்ந்து வந்தார்கள். இவர்கள் இயல்பிலும் பழக்கவழக்கங்களிலும் நம் இந்திய நாட்டு பழங்குடி மரபு சார்ந்த மக்களைப் போன்றவர்கள்.

1607-ஆம் ஆண்டிலிருந்து 1776-ஆம் ஆண்டுவரையிலும் இங்கிலாந்து நாட்டின் நிறுவனங்கள், வட அமெரிக்க மண்ணில் அட்லாண்டிக் கடற்கரைப் பகுதிகளில் 13 குடியேற்பு காலனிகளை அமைத்து, அக்குடியிருப்புகளை ஆங்கில அரசின் கீழ் கொண்டு வந்தன.

புலம் பெயர்ந்து வந்த மக்கள் அமெரிக்காவிலிருந்து தோல், மீன், ரோமம் மற்றும் மரப்பலகைகளையும் அரிசி மற்றும் புகையிலைப் பொருட்களையும்

இங்கிலாந்துக்கு அனுப்பி வந்தனர்.

அப்போது அமெரிக்க மண்ணில் நாடோடிகளாக ஏற்கனவே வாழ்ந்து வந்த பூர்வீக அமெரிக்கர்களுக்கும் புதிதாக வந்த ஆங்கிலேய மக்களுக்கும் முரண்பாடுகள் எழ ஆரம்பித்தன. பூர்வீக மக்களுடன் புலம் பெயர்ந்த ஆங்கிலேய மக்கள் போராட ஆயுதங்களும் ஏனைய பொருட்களும் ராணுவ பாதுகாப்பும் இங்கிலாந்து நாடு கொடுத்து உதவி வந்தது.

இப்படித்தான் அமெரிக்க மண்ணிற்கு புலம் பெயர்ந்த மக்கள், தாய்நாடான இங்கிலாந்து நாட்டின் ஆட்சியின்கீழ் அதன் உதவியில் அதன் சட்டத்திட்டத்திற்கேற்ப 1600, 1700களில் வாழ்ந்து வந்தனர்.

1754 முதல் 1763 முதல் இங்கிலாந்து பிரெஞ்சு நாட்டுடனும் ஏனைய நாடுகளுடனும் போரில் ஈடுபட்டதால் பெரிய கடனுக்குள்ளானது.

இதன் காரணமாக இங்கிலாந்து அரசு அதன் பொருளாதாரத்திற்காக 1764-ல் அமெரிக்க வாழ் காலனி மக்கள்மேல் புதுப்புது வரிகளைத் திணிக்க ஆரம்பித்தது.

அமெரிக்க மண்ணிலிருந்து இங்கிலாந்து ராணுவத்திற்குத் தேவையான உணவு, வீடு உட்பட அனைத்து வசதிகளையும் காலனி மக்கள் செய்து தர வேண்டும் என சட்டம் இயற்றியது இங்கிலாந்து அரசு.

இதனால் காலனி மக்கள் கோபம் கொள்ள ஆரம்பித்தனர். ஆங்கிலேய சட்டங்களை எதிர்த்துப் புரட்சி செய்யத் துவங்கினர். முதல் புரட்சி ஆங்கிலேய கிழக்கு இந்திய நிறுவனத்தின் தேயிலை இயக்குமதியை எதிர்த்து ஆரம்பிக்கப்பட்டது.

இந்தப் புரட்சிகள் இங்கிலாந்தின் பொருளாதாரத்தைக் குறைக்கத் தொடங்கியதால் ஆங்கிலேய அரசு கடுங்கோபம் கொண்டு வன்முறையில் இறங்கியது.

முதலில் இங்கிலாந்து அரசு பாஸ்டன் துறைமுகத்தை மூடியது. பாஸ்டன் வணிகர்கள் ஏற்றுமதி, இறக்குமதி செய்ய இயலாமல் தவித்தனர்.

பின் காலனிகளின் சட்ட அதிகாரத்தையும் நீதிமுறைகளையும் காலனி தலைவர்களிடமிருந்து ஆங்கிலேய அரசு தன் ஆட்சிக்குக் கீழ் கொண்டு வந்தது.

இங்கிலாந்து அடக்குமுறைகளை எப்படி கையாள்வதென ஆலோசிக்க 1774-ல் 12 காலனி தலைவர்கள், ஒருங்கிணைந்து முதல் கண்ட காங்கிரஸ் (ஃபர்ஸ்ட் கான்டினன்டல் காங்கிரஸ்) என்ற அமைப்பை உருவாக்கி ஒரு சந்திப்பை பிலாடெல்பியா நகரில் நடத்தினர். இந்த சந்திப்பில் வர்ஜீனியா காலனி கலந்து கொள்ளவில்லை.

இங்கிலாந்து அரசு காலனி நாடுகளின் கோரிக்கைகளை ஏற்றுக் கொள்ள வில்லை. அவர்களை வன்முறை மூலம் அடக்கவே தொடர்ந்து முயற்சிகள் செய்தது.

இதன் காரணமாக புலம் பெயர்ந்த காலனி மக்களும் வேறு வழியின்றி வன்முறை போராட்டத்திற்குத் தயாரானார்கள்.

அமெரிக்கக் காலனிகள் முறையாக ஒரு போர்ப் படையையும் அமைத்து ஜார்ஜ் வாஷிங்டனை படைத்தளபதியாக நியமித்து இங்கிலாந்து படை யுடன் போரில் ஈடுபட்டனர்.

இங்கிலாந்தின் கொடுங்கோல் ஆட்சி அமெரிக்க மண்ணில் தொடர்ந்து இருந்தாலும் அமெரிக்கக் காலனிகளின் சிலர் இங்கிலாந்துக்கு விசுவாசமாக இருந்து வந்தனர்.

சுமார் ஒரு வருடம் போராடிய பிறகு 13 அமெரிக்க காலனிகளும் ஒன்றிணைந்து ஜூன் 1776-ல் இங்கிலாந்து ஆட்சியிலிருந்து விலகி அமெரிக்கா எனும் தன் சுதந்திர நாடாக செயல்பட அறிக்கை ஒன்றை வெளியிட்டது.

1776 ஜூலை 4ஆம் நாளன்று 13 காலனிகளை ஐக்கியமாகக் கொண்ட அமெரிக்கா இனி தனி நாடென உலகிற்கு அறிவித்தது.

அமெரிக்க ஐக்கிய நாடுகளின் 13 குடியேற்றங்கள் எனப்படுபவை வட அமெரிக்காவின் அத்திலாதிக்கு கரையோரம் நிறுவப்பட்டிருந்த பிரித்தானியக் குடியேற்றங்கள் ஆகும்.

முதல் குடியேற்றம் 1607-ல் வர்ஜீனியாவிலும் கடைசி குடியேற்றம் 1733-ல் ஜார்ஜியாவிலும் நிறுவப்பட்டது.

1754-ஆம் ஆண்டு நடத்தப்பட்ட அல்பனி காங்கிரசில் இந்த மாநிலங்கள் ஒருங்கிணைந்து கூடிய உரிமைகளைக் கோரின. மேலும், 1776-ல் தனியான கண்டத்து நாடாளுமன்றத்தை உருவாக்கி பெரிய பிரித்தானியாவிலிருந்து விடுதலை கோரின.

புதிய இறையாண்மையுள்ள நாடாக அமெரிக்க ஐக்கிய ராச்சியங்கள் எனப்பெயர் சூட்டிக் கொண்டன.

பதின்மூன்று குடியேற்றங்களாவன :

1. டெலவேர் குடியேற்றம்
2. பென்சில்வேனயா மாகாணம்
3. நியூசெர்சி மாகாணம்
4. ஜோர்ஜியா மாகாணம்
5. கனெக்டிகட்டு குடியேற்றம்
6. மாசச்சூ செட்சு விரிகுடா மாகாணம்
7. மேரிலாந்து மாகாணம்
8. தெற்கு கரோலினா மாகாணம்
9. வடக்கு கரோலினா மாகாணம்
10. நியுஹாம்ப்சையர் மாகாணம்
11. வர்ஜீனியா குடியேற்றம்
12. நியூயார்க் மாகாணம்
13. ரோடு தீவு குடியேற்றம்

ஒவ்வொரு குடியேற்றமும் தனக்கானத் தனி அரசமைப்பைக் கொண்டிருந்தன. இவர்கள் பெரும்பாலும் தங்கள் நிலத்திற்கு உரிமையுள்ள விவசாயிகளாக இருந்தனர். நகராட்சி மற்றும் மாகாண அரசினைத் தேர்ந்தெடுக்கும் வாக்குரிமை பெற்றவர்களாக இருந்தனர்.

சில குடியேற்றங்களில் குறிப்பாக வர்ஜீனியா, கரோலினாக்கள், ஜார்ஜியாவில் குறிப்பிடத்தக்க அளவில் ஆப்பிரிக்க அடிமைகள் இருந்தனர்.

1760களிலும் 1770களிலும் நடந்த வரிகளுக்கு எதிரான கிளர்ச்சிகளைத் தொடர்ந்து இந்த மாகாணங்கள் அரசியலில் ஐக்கியப்பட்டு பிரித்தானிய அரசுக்கெதிராக ஒருங்கிணைந்து 1775 - 1783ல் புரட்சிப் போரில் ஈடு பட்டனர். 1776-ல் தங்கள் விடுதலையை அறிவித்ததுடன் 1783-ல் பாரிசு உடன்படிக்கையில் கையெழுத்திட்டு உறுதிப்படுத்தினர்.

41

டிரம்ப்பின் ஜனநாயகம்

ஜனநாயகத்தின் இருப்பிடமாகவும் அதன் காவலனாகவும் அமெரிக்கா முன்னிலைப்படுத்தப்படுகிறது.

கெடுபிடிப் போருக்குப் பிந்தைய உலக ஒழுங்கு ஜனநாயகம் என்றால் அமெரிக்கா, அமெரிக்கா என்றால் ஜனநாயகம் என்ற கற்பிதத்தைக் கட்டமைந்திருக்கிறது.

அமெரிக்க ஜனாதிபதி டொனால்டு ட்ரம்ப் தலைமையில் அமைந்த புதிய அமெரிக்காவை முன்மொழிகிறது இந்த ஜனநாயகம்.

அமெரிக்காவில் நீக்கமற நிறைந்திருந்தபோதும், ஜனநாயக முகமூடியால் மூடி மறைக்கப்பட்டு வந்த நிற வெறியை, துவேசத்தை அவ்வப்போது பொது அரங்கிற்கு கொண்டு வந்து அம்பலப்படுத்தும் நிகழ்வுகள் அமெரிக்காவில் நடந்து கொண்டுதான் இருக்கிறது.

1917 ஆகஸ்டில் அமெரிக்கா வெர்ஜினிய மாநிலத்தின் சார்லட்வில்லில், சமத்துவத்தையும் சமூக நீதியையும் வேண்டிய ஆர்ப்பாட்டக்காரர்கள் மீது ட்ரம்ப் அரசாங்கத்தின் வெள்ளை நிற வெறிக் கும்பல் நிகழ்த்திய மூர்க்கத் தனமான தாக்குதல் அதிர்வலைகளை ஏற்படுத்தியுள்ளது.

இத்தாக்குதல் சம்பவம் நடைபெற்ற இடத்திலிருந்து காவல்துறை திருப்பி அழைக்கப்பட்டனர். இதற்காகப் பல்வேறு பகுதியில் இருந்து நாஜிகளும், நிறவெறி ஆதரவாளர்களும் வாகனங்களில் கொண்டு வந்து இறக்கப்பட்டனர்.

இது திட்டமிட்டு நடத்தப்பட்ட ஒரு தாக்குதல் என அப்பகுதி மக்கள் தெரிவிக்கின்றனர். இது ஒட்டுமொத்த ட்ரம்பின் அமெரிக்க அரசியல் வெளியின் கருத்தமைவில் பாரிய தாக்கத்தை ஏற்படுத்தியுள்ளது.

இவ்வன்செயல், அமெரிக்க அரசியலில் ஒரு தற்செயல் நிகழ்வல்ல; இது அமெரிக்காவில் வேரூன்றியுள்ள இரு கட்சி அமைப்புகளுக்கு வெளியே வெள்ளை நிற வெறியையும் பாசிசத் தன்மையையும் கொண்ட இயக்கத்தைக் கட்டியெழுப்புவதற்கான ட்ரம்பினதும் அவர்களது சகாக்களினதுமான திட்டத்தின் விளைவாகும்.

முன்னெப்போதும் இல்லாத அளவில் அதிகரித்துள்ள, சமூகப் பொருளாதார சமத்துவமின்மை, இதற்கான தளத்தை உருவாக்கியுள்து. அமெரிக்க சமூக அடுக்குகளில், கீழ் நிலையில் உள்ளவர்கள், நூற்றாண்டு கால இரு கட்சி, ஜனநாயகத்தின் தோல்வியையும் அது ஏற்படுத்திய தேசங்களையும் உணர்கிறார்கள்.

கடந்த சில வாரங்களாக ட்ரம்ப் மற்றும் அவரது ஆலோசகர்களான ஸ்டீபன் பானன், ஸ்டீபன் மில்லர் மற்றும் செபஸ்தியன் கோர்க்கா ஆகியோர், தமது அரசியல் அடித்தளத்தின் மையமான பாசிசவாத கூறுபாடுகளிடையே ஆதரவை அதிகரிக்கும் அந்நிர்வாகத்தின் முயற்சிகளைத் தீவிரப்படுத்தியுள்ளனர்.

இந்த வன்முறை சம்பவம் அமெரிக்காவெங்கும் நிற வெறியை மீள சமூகத்தில் விதைப்பதோடு அதை பிரதான அரசியல் போக்காக மாற்ற முனைகிறது.

அந்தச் சம்பவங்களுக்கு ஜனாதிபதி ட்ரம்ப் கண்டனம் தெரிவிக்க மறுத்தார். மாறாக, அதி வலது போராட்டக்காரர்களை மிக அருமையான வர்கள் என ட்ரம்ப் பாராட்டினார்.

42

டிரம்ப்பும் நிறவெறியும்

அமெரிக்க அதிபராக டிரம்ப் வந்த நாளிலிருந்து கருப்பர் இன மக்களுக்கு எதிரான தாக்குதல்கள் அதிகரித்து வருகின்றன என்ற குற்றச்சாட்டு தொடர்ந்து வந்து கொண்டே இருக்கிறது.

உலகத்தின் தலைசிறந்த ஜனநாயக நாடு. அங்கே தனி நபர் சுதந்திரததிற்கு அதிக மரியாதை உண்டு. உலகத்திற்கே பொருளாதார வழிகாட்டி. கண்டு பிடிப்புகளின் கதாநாயகன் என்றெல்லாம் அமெரிக்காவுக்கு ஒரு இமேஜ் உண்டு.

ஆனால், அந்த தேசம் கொரோனா தாக்குதலை சமாளிக்க முடியாமல் லட்சம் உயிர்களுக்கும் மேல் பலி கொடுத்தது. மேலும், அமெரிக்கா முழுவதும் கலவர பூமியாக காட்சியளித்தது. விரக்தியிலும் வேதனையிலும் கறுப்பு இன மக்கள் சாலையெங்கும் திரண்டு போராடுகிறார்கள்.

போராட்டக்காரர்களின் கோபம் சில இடங்களில் எல்லை மீறி, தீ வைப்பு, பொது சொத்துக்கள் நாசம் என்ற நிலைக்கு வந்துவிட்டது.

கண்ணீர்ப்புகை, துப்பாக்கிச் சூடு எல்லாம் தாண்டி இப்போது ராணுவத்தைக் கொண்டு வந்து போராட்டத்தை அடக்குவேன் என்றார் அமெரிக்க அதிபர் டிரம்ப்.

படித்தவர்கள் அதிகமுள்ள அமெரிக்காவில் நீண்ட கால பிரச்சினை என்பது நிற வெறி. வெள்ளை அமெரிக்கர்களுக்கு கறுப்பு நிற மனிதர்களைக் கண்டாலே எரிச்சல்.

கறுப்பர்கள் அங்கே பண்ணை அடிமைகளாகத் தீண்டத் தகாதவர் களாகவே நடத்தப்பட்டு வந்தனர். இது நூற்றாண்டுகளாகவே அமெரிக்கா வில் தொடரும் பிரச்சினை.

நட்ட நடுசாலையில் கருப்பின மக்களை கொலை செய்வது, பொய் வழக்குகள் போடுவது, துன்புறுத்துவது எல்லாமே அங்கு சகஜமாக நடக்கக் கூடிய நிகழ்வாக இருந்தது.

ஒரு கறுப்பரின இளைஞனை காவலர் கொலை செய்யும் வீடியோ படமொன்றை 17 வயதுப் பெண்ணொருத்தி ஊடகங்களில் சமீபத்தில் வெளி யிட்டு அது சிறு பொறி பெரு நெருப்பாகி எரிமலையாகி அமெரிக்காவையே பற்றி எரித்தது.

பட்டப்பகலில் நட்ட நடு சாலையில் போலீசாரால் நடத்தப்பட்ட சட்டப் பூர்வமான இந்தக் கொலைக்கு நீதி வழங்கக்கோரி, மினியா பொலீஸ் நகரத்தில் தொடங்கிய போராட்டம் அமெரிக்காவின் 140 நகரங்களிலும் பரவியது.

மக்களின் இந்த நீதி கேட்கும் போராட்டத்தை டிரம்ப் உள்நாட்டு தீவிர வாதம் என்று வர்ணித்தும், போராட்டக்காரர்களை தீவிரவாதிகள் என்றும் குற்றம் சாட்டினார்.

கடந்த பல ஆண்டுகளாக அமெரிக்கா இப்படி ஒரு மக்கள் கொந்தளிப்பைக் கண்டதில்லை. இப்போதைய கலவரங்களுக்கு காரணங்கள் இல்லாமலில்லை.

அமெரிக்காவின் மொத்த மக்கள் தொகை 33 கோடி. அதில் வெள்ளை யினத்தவர்கள் 76.5% கறுப்பினத்தவர் 13.5% கலவரங்கள், போராட்டங்கள் என்றால் அதிகமாக சுட்டுக் கொல்லப்படுபவர்கள் கருப்பர்கள்தான்.

அதேபோல் போதை மருந்து விற்பனை என்றாலே அதையே காரணம் காட்டி கறுப்பர்களான ஆப்பிரிக்க அமெரிக்கர்களைத்தான் அதிகம் கைது செய்கிறார்கள்.

பல நூற்றாண்டுகளாக அமெரிக்கர்களின் ரத்தத்தில் ஊறிப்போன நிற வெறியைப் போக்க முடியவில்லை. அமெரிக்காவில் பெரும்பாலும் நடைபெறும் அத்தனைக் கலவரங்களுக்கும் அடிப்படை நிற வெறிதான் காரணமாகும்.

பல வருடங்களாக தாங்கள் சிறுமைப்படுத்தப்பட்டு அவமானப் பட்டத்தில் அடக்கி வைத்திருந்த கோபம் இப்போது கறுப்பர்களிடமும் செவ்விந்தியர்களிடமும் பொங்கி எழுந்திருக்கிறது.

மேலும், கொரோனா தொற்றால் அதிகம் பாதிக்கப்பட்ட எளிய கருப்பின மக்களை அமெரிக்க அரசு கண்டு கொள்ளவேயில்லை. அவர்கள் ஆதரவின்றி அச்சமயம் நிர்க்கதியாக நின்றார்கள்.

கருப்பின மக்கள் ஆயிரக்கணக்கில் செத்து மடிவதே அமெரிக்க பத்திரிகைச் செய்தியாக வந்தது.

அதேபோல ஒவ்வொரு ஆண்டும் 200க்கும் மேற்பட்ட கருப்பின இளைஞர்கள் வெள்ளையரின் காவல்துறை துப்பாக்கிக்கு பலியாகிக் கொண்டிருக்கிறார்கள்.

அதே சமயம் கருப்பினத்தவர் பாதிக்கப்படும்போது மனித உரிமைகளைப் பாதுகாக்க அவர்களுக்காக குரல் கொடுப்பதும் வெள்ளையர்கள்தான்.

ஆரம்பத்தில் இங்கிலாந்தின் காலனி நாடுகளில் ஒன்றுதான் அமெரிக்கா. 1776-ல் சுதந்திரம் பெற்றபோது இங்கே ஜெர்மனி, டச்சு, பிரெஞ்சு, போர்த்துக்கீஸ், இவர்களைக் கொண்ட சகல ஐரோப்பிய வெள்ளையின் மேலாதிக்க வர்க்கத்தினரின் தேசமாக இருந்தது.

ஏற்கனவே இங்கிருந்த செவ்விந்தியர் பெருமளவில் கொல்லப்பட்டனர். இதனால் தங்களுக்கு வேலை செய்ய ஆப்பிரிக்காவிலிருந்து கறுப்பினத்தவரை அழைத்து வந்து அடிமைகளாக வைத்துக் கொண்டனர்.

அப்போது ஆப்பிரிக்க மக்கள் கொடுமைப்படுத்தப்பட்ட விதம் மிகவும் கொடூரமானது.

அமெரிக்காவின் அடிமைத்தனத்தினை முடிவுக்குக் கொண்டு வர எத்தனையோ தலைவர்கள் அங்கே தோன்றினார்கள்.

அவர்களில் முதன்மையானவர் ஆபிரகாம் லிங்கன். அடிமைத்தனம் ஒழியாமல் அமெரிக்கா முன்னேற முடியாது. தன்னை ஒரு நாகரீக நாடாகச் சொல்ல வேண்டுமானால் அமெரிக்கா இதுவரையில் நடந்து கொண்டதற்கு வெட்கித் தலைகுனிய வேண்டும் என்று அவர்தான் முதலில் குரல் கொடுத்தார்.

இதனால் அவருக்கு எதிராக உள்நாட்டு போர் மூண்டது. அமெரிக்காவின் வடபகுதியினரும் கறுப்பினத்தவரும் லிங்கனை ஆதரித்தார்கள். மூன்று ஆண்டுகள் நீடித்த இந்தப் போரில் இரு தரப்பிலும் 8 லட்சத்து 50 ஆயிரம் பேர் மாண்டார்கள்.

இறுதியில் ஆபிரகாம் லிங்கன் வெற்றி பெற்று அடிமைத்தனத்தை ஒழிக்கும் சட்டத்தை இயற்றினார். ஆனாலும், இன்றுவரை ஆதிக்க மனோபாவம் தொடர்ந்து கொண்டுதானிருக்கிறது.

பொதுப் பேருந்துகளில் கருப்பர்கள் பயணிக்க முடியாது. அவர்களுக்கு கல்வி அறவே மறுக்கப்பட்டது. பொது கழிப்பறைகளை பயன்படுத்த முடியாது. உணவகங்களில் சரிக்குச் சரியாக அமர்ந்து வெள்ளையர்களுடன் சாப்பிட முடியாது.

காந்தீயக் கொள்கைகளால் ஈர்க்கப்பட்டு அரசியலுக்கு வந்தவர் அமெரிக்க கறுப்பினத் தலைவர் மார்ட்டின் லூதர் கிங். இவர் பொது இடங் களில் கறுப்பின மக்கள் சமமாக நடத்தப்பட வேண்டும் என்று தொடர்ந்து பாடுபட்டார்.

காந்திய வழியில் கருப்பின மக்கள் பேருந்துகளைப் புறக்கணிக்க வேண்டும் என்றார்.

கறுப்பின மக்கள் அவரது சொல்லுக்குக் கட்டுப்பட்டனர். இதனால் பேருந்து நடத்துபவர்களின் வருமானம் சரிந்தது. அவர்கள் மார்ட்டின் லூதர்கிங் மீது வழக்கு தொடர்ந்தனர்.

எங்களுக்குச் சம உரிமை தரும் பட்சத்தில் மீண்டும் பேருந்துகளில் பயணிக்கத் தயார் என்றார். வெள்ளை முதலாளிகள் நீதிமன்றத்தில் கறுப்பர்களை சமமாக நடத்துவோம் என்றனர்.

மார்ட்டின் லூதர்கிங் வற்புறுத்திய கறுப்பர்களின் அரசியல் உரிமைகளை அமெரிக்க அதிபர் ஜான் கென்னடி அங்கீகரித்தார்.

அவரைத் தொடர்ந்து ஜான்சனும் அதை நடைமுறைப்படுத்தினார்.

அடிப்படையில் அமெரிக்க மக்களின் பெரும்பான்மையோர் சமத்துவத்தை, ஜனநாயகத்தை, தனிமனித சுதந்திரத்தை உயிர் மூச்சாக நினைப்பவர்கள்தான்.

ஆனால், வெள்ளையர்களில் ஒரு பிரிவினை நிற ஆதிக்க உணர்வுகளிலிருந்து விடுபட முடியாதவர்களாகவே இருந்து வருகின்றனர்.

43

அமெரிக்க நிறவெறி

அமெரிக்காவின் வரலாறே நிறவெறியால் எழுதப்பட்டதுதான். செவ்விந்தியர்கள் கறுப்பர்கள் மட்டுமல்ல. பின்னர் வந்த லத்தீன் அமெரிக்கர்களும் ஆசியர்களும் கூட அடிமைகளாகத்தான் நடத்தப்பட்டனர்.

1778-ன் சுதந்திரப் பிரகடனமும் 1860-ல் நடந்த உள்நாட்டுப் போரும் நிறவெறியின் மீதே நின்று கொண்டிருந்தன.

கி.பி. 1600களின் மத்தியில் ஆப்பிரிக்காவிலிருந்து மந்தைகளைப்போல ஆப்பிரிக்க மக்களும் அமெரிக்காவுக்குப் பிடித்து வரப்பட்டார்கள். இதே காலத்தில்தான் மண்ணின் மைந்தர்களான செவ்விந்தியர்கள், கூட்டம் கூட்டமாக கொலை செய்யப்பட்டு நாடு முழுவதும் அவர்களது நிலம் அபரிக்கப்பட்டது.

எந்த நாடு தன்னை ஜனநாயகத்தின் பிரதிநிதியாக தன்னை அடிப்படையில் அமைத்துக் கொண்டதாக பெருமை கொண்டதோ, எந்த நாடு ஜனநாயகத்துக்காக உலகெங்கும் போர் தொடுத்ததோ அந்நாட்டிலேயே இச்செயல்கள் நடந்தேறுவது பலருக்கும் ஆச்சரியத்தைத் தரக்கூடும்.

இதனை விளங்கிக் கொள்வது கடினமல்ல. அமெரிக்கா நிறவெறி பற்றி ஒருபோதும் கூச்சப்பட்டதில்லை. சிலசமயம் பெருமைப்பட்டுக் கொள்ளக் கூடிய விசயமாகவே நிறவெறி இருந்துள்ளது. நிறவெறி என்பது ஆழ்ந்த நோக்கில் அர்த்தமற்ற ஒன்று. நிறவெறி பெரும்பாலும் இனவுணர்வுடன் சேர்ந்தே வெளிப்படுகிறது.

ஒரு சமுதாயம் முன்னேறிய நாகரீக சமுதாயம் என்பதால் அங்கே இன வாதமும் இனவெறியும் இல்லை என்றாகாது.

ஐக்கிய அமெரிக்காவில் நீக்ரோக்களுக்கு எதிரான இனவெறி, தென்னாப்பிரிக்க வெள்ளை இனவெறி, ஹிட்லரின் ஜெர்மானிய ஆரிய இனவெறி, ஜார் மன்னரின் ரஷ்ய பேரினவாதம் இவையெல்லாம் பின்தங்கிய சமுதாயங்களுக்குரியவை அல்ல.

இனவாதமும் இனவெறியும் தொற்றுநோய்களைப் போல பரவுகின்றன. ஓர் இனத்தின் இனவாதமும் இனவெறியும் மற்ற இனங்களிடையே இன வாதத்தையும் இனவெறியையும் தூண்டி வளர்த்து, அதன் மூலம் தம்மையும் வளர்த்துக் கொள்கின்றன.

44

ரோபோட் ஈலீயின் சிலை அகற்றம்

அமெரிக்க சுதந்திரப் பிரகடனத்தை எழுதிய தாமஸ் ஜெபர்சனால் வடிவமைக்கப்பட்டு ஸ்தாபிக்கப்பட்ட *22,000* மாணவர்களைக் கொண்ட வெர்ஜீனிய பல்கலைக் கழகத்தின் வளாகத்தில் உள்ள ரோபேட் ஈலீயின் சிலையை *2017* ஆகஸ்டில் நீக்க வலியுறுத்தி வெள்ளை நிறவாதிகளின் ஆர்ப்பாட்டமும் சிலை நீக்கமும் சந்தடியின்றி நடந்து முடிந்தது.

ரோபேட் ஈலீயின் சிலைகள் அடிமைத்தளத்தினதும் வெள்ளை நிற வெறியினதும் சின்னமாக இருப்பதால் அவற்றை நீக்குவதற்கு சில பொது நிறுவனங்கள் முடிவெடுத்தன. அதன் அடிப்படையில் அவரது சில சிலைகள் நீக்கப்பட்டன.

ரோபேட் ஈலீ அமெரிக்க உள்நாட்டு யுத்தத்தில் தெற்கு மாநிலங்களின் சார்பாக போரிட்ட இராணுவ ஜெனரல் ஆவார்.

1861 முதல் *1865* வரை அமெரிக்காவின் வடக்கு மற்றும் தெற்கு மாநிலங்களிடையே உள்நாட்டு யுத்தம் நடந்தது. இதன் மையமாக இருந்தது அடிமை முறையாகும்.

அமெரிக்காவில் நடைமுறையில் இருந்த அடிமை முறையை 1860-ல் பதவிக்கு வந்த அமெரிக்க ஜனாதிபதி ஆபிரகாம் லிங்கன் நீக்க முனைந்தார்.

இதனை எதிர்த்த தென்மாநிலங்கள் கூட்டாகப் பிரிந்து தனி நாடாகத் தங்களை அறிவித்தன.

இதுவே அமெரிக்க உள்நாட்டுப் போருக்கு வித்திட்டது. ஆப்பிரிக்காவிலிருந்து அடிமைகளைத் தருவித்து சம்பளமோ உரிமையோ இன்றி அடிமைகள் மூலம் வளர்ச்சியடைந்தது அமெரிக்கா.

இதை நிறுத்துவதற்கு எதிராகவே தென் மாநிலங்கள் போரிட்டன. தென் மாநிலங்களின் பிரதான தளபதி ரோபேட் ஈலீ போரில் தென் மாநிலங்கள் தோல்வியடைந்த போதும், ரோபேட் ஈலீயின் மரணத்தின் பின் அவருக்கான சிலை நிறுவப்பட்டன.

இந்தச் சிலைகளை நீக்கும் நிறவெறிப் போராட்டம்தான் அமெரிக்காவில் அச்சமயம் நடைபெற்றது.

வெள்ளை நிற வெறி ஆதரவாளர்கள் அனைவரும் நவநாஜிகள் எனக் கூட்டாக தீபச்சுடர் அணி வகுப்பொன்றை பல்கலைக் கழக வளாகத்தில் நடத்தினர். இதில் நாஜிகளின் வீரவணக்கம் செலுத்தப்பட்டது.

அவர்கள் "ஒரே தேசம் ஒரே மக்கள் குடியேற்றவாசிகளை வெளியேற்று, அமெரிக்கா அமெரிக்கர்களுக்கே" போன்ற கோஷங்களை எழுப்பினர்.

இதன் அடுத்த கட்டமாக மறுநாள் அமெரிக்காவின் பன்மைத் தன்மைக்கு ஆதரவாகவும் நிறவெறிக்கு எதிராகவும் நடத்தப்பட்ட அமைதிப் பேரணி மீது எதிர் ஆர்ப்பாட்டம் என்ற போர்வையில் வன்முறை ஏவப்பட்டது.

அப்போது அமைதிப் பேரணியின் மிது காரைச் செலுத்திய நவநாஜியாகத் தன்னை அறிவித்துக் கொண்ட 20 வயது இளைஞன் ஒருவன் ஒருவரைக் கொலை செய்ததோடு 15க்கும் மேலானோரைக் காயமடையவும் செய்தான்.

❋

45

ஆஸ்கர் விருதில் புயலைக் கிளப்பிய செவ்விந்திய நாயகி சஷீன்

காட்ஃபாதர் படத்துக்காகத் தனக்களிக்கப்பட்ட ஆஸ்வர் விருதை புறக்கணித்த ஹாலிவுட் நடிகர் மார்லன், பிராண்டோவின் பிரதிநிதியாக விருது வழங்கும் விழா மேடையில் ஏறி கர்ஜித்தவர் செவ்விந்தியர்களின் உரிமைக் குரலாக ஒலித்த செவ்விந்திய நாயகி சச்சின் லிட்டில் ஃபெதர்.

இதன் காரணமாக இதுநாள் வரை ஒதுக்கி வைக்கப்பட்ட அவருக்கு இழைக்கப்பட்ட அநீதிக்கு 50 ஆண்டுகள் கழித்து ஆஸ்கர் கமிட்டி மன்னிப்பு கோரியுள்ளது.

தமிழில் வெளியான நாயகன் மற்றும் பிற படங்களின் முன்னோடி படம் 1970களில் ரிலீஸான ஹாலிவுட் படமான தி காட்ஃபாதர்.

ஒரு சாமானியன் எப்படி ஒரு மிகப்பெரிய தாதாவாக மாறுகிறான் என்பதான கதைகளின் முன்னோடி தி காட் ஃபாதர். இதில் காட்ஃபாதர் கேரக்டர் மிக சுவாரசியமாக சொல்லப்பட்டிருக்கும்.

தமிழகத்தின் மார்லன் பிராண்டோ சிவாஜி என்பது சிவாஜிக்கு அண்ணா கொடுத்த பட்டம். அப்படி தத்ரூப நடிப்பும் தோரணையும் உடல் மொழியும் இருக்கும்.

தி காட்ஃபாதர் படம் வெளியான பின் அதைப் பின்பற்றி தற்போது வெளியான வெந்து தணிந்தது காடு படம் வரை படங்கள் வெளிவந்துள்ளன.

சக்கை போடு போட்ட காட்ஃபாதர் படத்தில் நடித்த கதாநாயகன் மார்லன் பிராண்டோ உட்பட அந்தப் படத்துக்கு 1973-ஆம் ஆண்டு 3 ஆஸ்கர் விருதுகள் கிடைத்தது. அந்த விருது வழங்கும் நிகழ்ச்சி உலகெங்கும் பார்க்கப்பட்டது.

ஆஸ்கர் அவார்டு அல்லவா! காட் ஃபாதர் படத்துக்கான மார்லன் பிராண்டோ சிறந்த நடிகராக அறிவிக்கப்பட்டிருந்தார். எல்லோரும் அவர் வரவை எதிர்பார்த்துக் காத்திருக்க அவர் வரவில்லை.

மார்லன் பிராண்டோவுக்கான விருதை அறிவிப்பாளர் (புகழ் பெற்ற ஜேம்ஸ்பாண்ட் நடிகர் ரோஜர் மூர்) அறிவித்ததும் ஒரு செவ்விந்தியப் பெண் மேடை ஏறினார். அவர்தான் சச்சின் லிட்டில் ஃபெதர். இவர் ஹாலிவுட் நடிகையாக இருந்தும் ஹாலிவுட் திரையுலகம் செவ்விந்தியர்களை மூன்றாம் தர நடிகர்களாக நடத்தியதும் வரலாறு.

செவ்விந்தியப் பெண்கள் அணியும் பாரம்பரிய உடையுடன் அவர் ஆஸ்கர் மேடையேறினார். தங்கள் இனத்தின் புறக்கணிப்பை மாபெரும் நடிகர் மார்லன் பிராண்டோ விருதை வாங்கும் மேடையில் அறிவிக்க ஏறினார். அவர் மேடை ஏறியதும் அனைவருக்கும் குழப்பம். ரோஜர்மூர் காட் ஃபாதருக்கு பதில் வந்த, அவரிடம் ஆஸ்கர் விருதை அளிக்க முயன்றார்.

சச்சின் லிட்டில் ஃபெதர் அதனை மறுத்துவிட்டு தன் கையிலிருந்த மார்லன் பிராண்டோவின் கடிதத்தின் ஒரு பகுதியைப் படித்தார்.

"இந்த மாபெரும் விருது வழங்கும் விழாவில் மார்லன் பிராண்டோவின் பிரதிநிதியாக வந்திருக்கிறேன். இங்கு ஒரு விஷயத்தை அவர் அனைவரிடமும் சொல்லச் சொன்னார். தாராள மனதுடன் வழங்கப்படும் இந்த விருதை வாங்குவதை வருத்தத்துடன் அவர் மறுத்துவிட்டார். விருதை அவர் மறுக்க காரணம், ஹாலிவுட் திரைத்துறையில் செவ்விந்தியர்கள் மோசமாக நடத்தப்படுவதுதான்" என்று படித்து முடித்தார்.

சச்சின் லிட்டில் ஃபெதர் படித்து முடித்ததும் ஆஸ்கர் விழா அரங்கமே பரபரப்பானது தங்கள் குட்டு வெளிப்பட்டதாக அமெரிக்கத் திரையுலகின் சிலர் அலறினர்.

சச்சின் லிட்டில் ஃபெதரை அடிக்கப் பாய்ந்தனர். அடிக்கப் பாயும் அளவுக்கு செவ்விந்தியர் நிலை இருந்தது குறிப்பிடத்தக்கது.

அமெரிக்கப் பூர்வீகக் குடிகளை அழித்து தங்கள் வெள்ளை அரசாங்கத்தை அமைத்த அதிகாரிகள் செவ்விந்தியர்களையும் கருப்பினத்தவரையும் மூன்றாந்தர நாலாந்தர மக்களாக நடத்தியதை மார்லன் பிராண்டோத போன்ற சமூக அக்கறையுள்ள மாபெரும் கலைஞனால் ஏற்றுக் கொள்ள முடியவில்லை.

அதற்காகவே தன் சக கலைஞரான செவ்விந்திய இனப்பெண் சச்சின் லிட்டில் ஃபெதர் மூலம் ஆஸ்கர் விருதினை புறக்கணிக்கும் கடிதத்தைக் கொடுத்த காரணத்தையும் பதிவு செய்ய வைத்தார்.

சச்சின் லிட்டில் ஃபெதர் கடிதத்தை வாசித்ததை சிலர் எதிர்த்தாலும் பலர் அதை ஆமோதித்து வரவேற்றனர். இந்நிகழ்வு மூலம் கடைக்கோடி தமிழகம் வரை சச்சின் லிட்டில் ஃபெதர் அறியப்பட்டார்.

மார்லன் பிராண்டோ என்றாலோ, ஆஸ்கர் விருது என்றாலோ சச்சின் லிட்ல் ஃபெதர் என்ற செவ்விந்தியப் பெண்மணி யாவர் கவனத்துக்கும் வருவார். அந்த நிகழ்வுக்குப் பின் அவருக்குப் பட வாய்ப்புகள் மறுக்கப்பட்டு மிக மோசமாக நடத்தப்பட்டார்.

வெள்ளையின வெறி கொண்ட திரைக்கலைஞர்களும், ரசிகர்களும் அவரைத் தொடர்ந்து இழிவுப்படுத்தி வந்தனர். ஆனாலும், அவர் மனம் தளரவில்லை.

இந்நிகழ்வு நடந்து 50 ஆண்டுகள் கழித்து ஆஸ்கர் கமிட்டி தங்களது செயல்களுக்காக சச்சின் லிட்டில் ஃபெதரிடம் மன்னிப்புக் கோரியது. அவருக்கு விழாவும் எடுத்தது. அவரும் அதனை பெருந்தன்மையுடன் ஏற்றுக் கொண்டார்.

கடந்த நான்கு ஆண்டுகளுக்கு முன் மார்பகப் புற்றுநோயால் பாதிக்கப்பட்ட சச்சின் லிட்டில் ஃபெதர் சிகிச்சைக்குப் பின் உடல்நலம் தேறி வந்த நிலையில் அக்டோபர் 2, 2022 இரவில் காலமானார்.

5